தமிழ்ச்செல்வியின் புதினங்களில் பென்னியமும் உளவியலும்

முனைவர் த. ராதிகாலட்சுமி

பொருளடக்கம்

ஆய்வுநூல் குறித்து...

தமிழ் இலக்கியம் விரிந்த பொருளையும், பரந்த களத்தையும் தன்னகத்தே கொண்டது. நீண்ட தமிழ் இலக்கிய வரலாற்றில் சமுதாயத்திற்குத் தேவையான புதிய இலக்கிய வடிவங்களில் புதினம் குறிப்பிடத்தக்க இடத்தைப் பெறுகின்றது. புதினத்தின் வடிவம், உள்ளடக்கம், கதை கூறும் முறை, தேர்ந்தெடுத்த கரு, கையாளும் மொழி காலத்திற்கேற்ப மாறுபடுகின்றன. நாளுக்கு நாள் வளர்ந்து வரும் சமுதாயத்தின் மாற்றங்கள் புதினத்தின் பாடுபொருட்களையும் மாற்றுகின்றன.

படைப்பாளர்கள் தமது அன்றாட வாழ்வில், சமூகச்சூழலில், தமது பார்வையில் அழுத்தம் பெறுகின்ற நிகழ்வுகளையும், தாக்கம் ஏற்படுத்துகின்ற செயல்களையும், வாழ்வியல் கூறுகளையும் அடிப்படையாகக் கொண்டு புதினங்களைச் சித்தரிக்கின்றனர். மனிதனின் வாழ்க்கை நிகழ்வுகளைக் காரணகாரியங்களோடு தொடர்புபடுத்தி, உள்ளதை உள்ளவாறு, எதார்த்தப்போக்கோடு சிக்கல்களை எடுத்துரைத்து, அதற்கான தீர்வுகளையும் வழங்குவதாக புதினம் இருத்தல் வேண்டும். ஒரு புதினத்தின் தரம் உணர்வுப்பூர்வமான, மனநிறைவினை, தாக்கத்தினை ஏற்படுத்துவதை அடிப்படையாகக் கொண்டே நிர்ணயிக்கப்படுகிறது.

புதின இலக்கிய வளர்ச்சியில் பெண் படைப்பாளர்களுக்கும் முக்கியப் பங்குண்டு. வை.மு.கோதைநாயகி அம்மாள்,இராஜம் கிருஷ்ணன், லட்சுமி, வாசந்தி, சிவசங்கரி, சிவகாமி, பாமா, திலகவதி, சு.தமிழ்ச்செல்வி போன்ற பெண் படைப்பாளர்களின் படைப்புகளில் பெண்ணியத்தோடு ஒன்றிய சமூகச்சிக்கல்கள் அணுகப்படுகின்றன. இவர்களின் படைப்புகள் பெண்ணடிமைத்தனத்தை இனங்காட்டுவதுடன், பெண்ணுரிமையையும், ஆண், பெண் சமத்துவத்தையும் நிலைநாட்டும் நோக்குடன் அமைகின்றன. மேலும், இவர்களுடைய படைப்புகளை ஆராய்ந்தால் பெண்ணியத்தின் இலக்கு, பெண் விடுதலை மட்டும் அல்ல மானிட குல விடுதலையும் தான் என்ற உண்மை புலனாகும்.

இவ்வகையில் புதினப்படைப்பாளர் சு.தமிழ்ச்செல்வி தனது படைப்புகளில் சமூக அவலங்களின் மூலங்களையும் விளைவுகளையும் இனங்காட்டி சிந்திக்கச் செய்வதோடு, அவற்றின் வழி சமூ-

கமாற்றத்திற்கும் வித்திடுகிறார். இத்தகைய படைப்புகள் சமுதாய முன்னேற்றத்திற்கு அவசியமாகின்றன. எனவே இவற்றை ஆய்வுக்கு உட்படுத்தி, அவற்றில் இடம்பெறும் பெண்ணிய, உளவியல் கூறுகளை நுணுக்கமாகக் காண்பதன் மூலம் ஒரு மனிதன் உடன்வாழும் மனிதனின் வாழ்வியல் நெறிமுறைகளை அறிய வாய்ப்பு ஏற்படுகின்றது. இதனால் தனிமனித, சமூக வாழ்வின் ஒழுக்கம் நிலைப்படும் என்பதால் அப்பொருண்மையைப் பற்றியதாக இந்த ஆய்வு அமைகின்றது.

என் மீது அன்பைப் பொழிந்து, வாழ்வின் முன்னேற்றத்திற்குக் கல்வியறிவு அவசியம் என்பதை உணர்ந்து என்னைப்பயில வைத்தவர்களும், இவ்வாய்விற்காக அனுதினமும் எனக்கு உறுதுணையாக இருந்து என்னை வழிநடத்திய என் பெற்றோர் திரு.சு.தங்கவேலு, திருமதி த.நாகலட்சுமி அவர்களுக்கும், என் குடும்பத்தாருக்கும் என்னுடைய நெஞ்சார்ந்த நன்றிகளைக் காணிக்கையாக்குகிறேன்.

இந்த ஆய்வு நூலை வடிவமைத்து வழங்கிய முனைவர் க.இராஜா அவர்களுக்கு எம் மனமார்ந்த நன்றிகள்...

1

புதினமும் படைப்பாளரும்

காலத்தைக் கண்ணாடி எனில் அக்கண்ணாடி பிரதிபலிக்கும் பிம்பமே இலக்கிய-மாகும். படைப்பாளன் தன் எண்ணங்களை வெளிப்படுத்தப் பயன்படுத்தும் களமே இலக்கிய உலகம். நடைமுறை வாழ்வில் இடம்பெறும் மெய்ம்மைக் கருத்துக்க-ளுடன் படைப்பாளரின் கற்பனையும் கலந்தே இலக்கியம் உருவெடுக்கிறது. மனி-தனுடைய மனதில் உறங்கிக் கிடக்கும் ஆழ்மன உணர்ச்சிகளும், சிந்தனைக-ளும், கனவுகளும், அனுபவங்களும் இலக்கியத்தின் வாயிலாக இச்சமுதாயத்தில் வெளிப்படுகிறது.

"மனிதர்கள் வாழ்க்கையில் சிறப்பாகக் கண்டவை, அனுபவித்தவை எவையோ? நம் எல்லார்க்கும் பன்னெடுங்காலத்திற்குப் பிறகும் கவர்ச்சி ஊட்டுவன எவையோ? காலந்தோறும் நம் கவிஞர்கள் சிந்தித்து வருகின்றவை எவையோ? உணர்ந்தவை எவையோ? அவற்றை எல்லாம் அறிவிக்கும் உயிர்த்துடிப்புடைய பதிவேடே இலக்கியமாகும்"[1] என்று ஹட்சன் இலக்கியம் குறித்து விளக்கம் அளித்துள்ளார். மக்களின் ஒழுக்கம், வாழ்க்கை, பண்பாடு, நாகரிகம், பழக்கவழக்-கங்கள் போன்றவற்றை எடுத்துரைக்கும் கருவூலமாக இலக்கியங்கள் திகழ்கின்றன. செம்மொழியான தமிழ்மொழியின் இலக்கியம் காலத்திற்கேற்ற மாற்றங்களைத் தன்-னகத்தே கொண்டது. சங்ககாலம் முதல் தற்காலம் வரை இலக்கியங்களின் பரி-ணாம வளர்ச்சி அளப்பதற்கு அரியதாக உள்ளது. அவ்வகையில் இக்கால இலக்-கியங்களில் ஒன்றான புதினம் தனக்கென ஒரு தனிமுத்திரையைப் பதித்துள்ளது எனில் அது மிகையாகாது.

"எழுத்தாளன் தனது அனுபவங்களை, அதாவது தன் கற்றறிவினாலும், பட்-டறிவினாலும் அறிந்து கொண்ட உலக உண்மைகளை இலக்கிய நிலைப்படுத்திக்

கொள்வதற்கு அவன் மேற்கொள்ளும் இலக்கியப் பொருளும் அமைவுநெறியும் உதவுகின்றன"[2] என்ற கார்த்திகேசு சிவத்தம்பியின் கூற்றுப்படி படைப்பாளனின் மனதைப் பாதித்த வாழ்க்கையின் கூறுகளும் அனுபவங்களும் உணர்வுகளும் புதிய அமைப்பில் புதினம் தோன்ற வழிவகுத்தது.

பூரணத்துவமானபுதினம்

புதின இலக்கியம் வாழ்க்கையின் வார்ப்பாக அமைகின்றது. மனித மன எண்ணங்கள், உறவுகள், பொருளாதாரம், சமூகம், பண்பாடு, நாகரிகம் போன்ற பல்வகையான உட்பொருட்களைத் தன்னகத்தே கொண்டு திகழ்கின்றது. காலப்போக்கில் மாறுபட்ட சமூகத்தின் நடப்பியலைப் பிரதிபலிக்கும் நோக்கில் புதினங்கள் சித்தரிக்கப்படுகின்றன. வாழ்க்கையில் காணக்கூடிய பாத்திரங்கள், நேரக்கூடிய நிகழ்ச்சிகள், எதிர்பாராத சம்பவங்கள் ஆசிரியனின் கண்முன் உலாவுவதே புதினமாக உருவெடுக்கிறது.

புதினம் என்பது உரைநடையால் எழுதப்படும் நெடிய கதை. கடந்த, நிகழ்காலச் செய்திகளைப் புலப்படுத்தும் நோக்கில் அமைந்தது. ஒரு மனிதன் தன் குடும்பத்தை மீறி தன்னைச் சுற்றியுள்ள சமுதாயம், தேசம், உலகம் போன்றவற்றில் நடைபெறும் நிகழ்ச்சிகளை அறிந்து கொள்ளத் துடிக்கிறான். உண்மை உலகில் உலாவும் மாந்தர்களின் வாழ்க்கையைவிட இலக்கியத்தில் உள்ள கற்பனை மாந்தர்களின் இன்பதுன்பங்களைக் குறித்து சிந்திப்பதுதான் மாந்தர்களின் இயல்பு. எனவே, தன்னை ஒத்துவாழும் மனிதர்களின் வாழ்க்கையை அறிந்து கொள்ள காட்டும் ஈடுபாடே புதினத் தோற்றத்திற்கு வழிகோலுகிறது.

"நாவல் வாழ்வின் ஒருதுளியை, ஒரு புள்ளியை, ஒரு தரப்பை மட்டும் சொல்லவந்த வடிவம் அல்ல. அதற்கு கவிதை, சிறுகதை, குறுநாவல், நாடகம் எனப் பல கலைவடிவங்கள் உள்ளன. நாவல் இந்த அடிப்படையில் பிற இலக்கிய வடிவங்கள் அனைத்தில் இருந்தும் மாறுபட்டது. நாவல் அதன் கருவைச் சார்ந்த அனைத்தையும் வாசகன் முன் தொகுத்து முன்வைக்க முனைகிறது."[3]என்ற ஜெயமோகனின் கருத்துப்படி புதினம் பூரணத்துவம் நிறைந்தது என்பது புலனாகின்றது. புதினம் என்பது உரைநடை வடிவில், புதிய உத்தியில் கையாளப்படும் சமுதாயத்தில் உள்ள மாந்தர்களின் கதை. புதினம் எவ்வகையான மாந்தர்களையும், தனக்குரிய மாந்தர்களாக ஏற்றுக்கொள்கிறது. மனித வாழ்க்கையைப் பற்றிய எத்தகைய பொருளும் புதினத்திற்கு உகந்ததாக அமைகிறது.

புதினம் சமுதாயத்தின் வரலாறு அல்ல. உண்மை கலந்த புனைவு என்பது புலனாகிறது. புதினத்தின் அமைப்பு என்பது படைப்பாளரின் கற்பனை வளத்திற்கேற்ப மாற்றத்தைக் கொண்டது. தொடக்கம், முடிவு, கதைப்போக்கு, கதைமாந்தர்கள் என அனைத்தும் எடுத்துக் கொண்ட கருவிற்குத் தக்கவாறு அமையும்.

ஆலமரம் பல விழுதுகளுடன் நிலைபெற்றிருப்பதை ஒத்த புதினம் பல்வேறு கிளைக்கதைகளுடன் பின்னிப் பிணைந்து படைப்பாளரின் சிந்தனையை வெளிப்படுத்தும். புதினத்தில் இடம்பெறும் கதையின் நிகழ்ச்சிகள் ஒன்றிலிருந்து மற்றொன்று இயல்பாகவே உருவானது போல் இருத்தல் வேண்டும். இயல்பான நிகழ்ச்சிகளும் படைப்பாளரின் கைவண்ணத்தில் சிறப்புடையனவாக விளங்குதல் வேண்டும். முடிவு எதிர்பார்த்ததாயினும், எதிர்பாராததாயினும் கதையின் நிகழ்ச்சிகளை நோக்கும் போது அது உண்மையானதாகத் தோன்ற வேண்டும். நடைமுறை வாழ்க்கையோடு ஒட்டிய, உண்மைக்குப் பொருந்திய கதைமாந்தர்கள் அமைவதுடன் அவற்றினது பண்பு, செயல்கள், உணர்ச்சி மோதல்கள் போன்றவை இயல்பான முறையில் நீண்ட கதை வடிவில் அமைக்கப்படுதலும் அவசியம்.

பழங்காலந்தொட்டு மக்களிடையே கதை கேட்கும் உணர்வும், ஆர்வமும் அதிகம். அவ்வகையில் புதினங்கள் மக்களின் கலையார்வத்தைத் தீர்ப்பதுடன் சமுதாயத்தைப் பண்படுத்தும் பாதையாகவும் திகழ்கிறது. புதின இலக்கியம் பல்வேறு கால கட்ட மக்களின் வாழ்வியலையும், சமுதாயத்தையும் படம் பிடித்துக் காட்டத் தவறுவதில்லை.

மக்கள் அன்றாட வாழ்வில் எதிர்கொள்ளும் சிக்கல்களைக் கருவாகக் கொண்டு சமுதாய மாற்றத்திற்கு வழிகோலும் புதினங்களை சு.தமிழ்ச்செல்வி படைத்துள்ளார்.

படைப்பாளர்சு.தமிழ்ச்செல்வி

திருவாரூர் மாவட்டம் கற்பகநாதர்குளம் எனும் சிற்றூரில் 04.05.1971 ஆம் ஆண்டு பிறந்தவர் சு.தமிழ்ச்செல்வி. இவரின் பெற்றோர் சுப்பிரமணியன், முத்துலட்சுமி ஆவார். கணவர் பெயர் கரிகாலன். இவர் கற்பகநாதர் குளத்தில் உள்ள இளங்கோ உதவிபெறும் தொடக்கப்பள்ளியில் ஆரம்பக் கல்வி பயின்றார். இடும்பாவனம் அரசு உயர்நிலைப்பள்ளியிலும், வேதாரண்யம் கஸ்தூரிபா காந்தி கன்னியா குருகுலத்திலும் பள்ளிப்படிப்பைத் தொடர்ந்து முடித்தார். வேதாரண்ய குருகுல விடுதி வாழ்க்கையில் கற்ற இலக்கிய நூல்களே இவர்படைப்பாளராக உருவெடுக்க வித்தாயிற்று. முதுகலைத் தமிழ் இலக்கியம் பயின்றிருக்கும் இவர் தலைமை ஆசிரியராகப் பணியாற்றி வருகிறார். தற்போது கடலூர் மாவட்டம் விருத்தாசலம் பெரியார்நகரில் வசித்து வருகிறார். கடந்த 22 ஆண்டுகளாகத் தமிழ் இலக்கியத்துறையில் தனித்துவமான இடத்தைத் தன் படைப்புகளின் வாயிலாகப் பதித்து வருபவர். சமகாலப் பெண் படைப்பாளர்களுள் சு.தமிழ்ச்செல்வி தமக்கான தனிமுத்திரையைப் பதிக்க யதார்த்த உலகைப் பிரதிபலிக்கும் புதினங்களே காரணம் எனில் அது மிகையாகாது.

விருதுகள்

முதல் புதினமான 'மாணிக்கம்' நூலுக்குத் தமிழ் வளர்ச்சித்துறை 2002 ஆம் ஆண்டின் சிறந்த நாவலுக்கான விருதை வழங்கியது.

'கற்றாழை' புதினத்திற்காகத் தமிழ்நாடு முற்போக்கு எழுத்தாளர் சங்கம் 2005 இல் சிறந்த நாவலுக்கான விருதை வழங்கியது. இவரது படைப்பிலக்கியத்தை அங்கீகரித்து கலைஞர் அவர்கள் பொற்கிழி விருது வழங்கி சிறப்பித்துள்ளார்.

'அளம், கற்றாழை' ஆகிய புதினங்கள் மலையாளத்திலும், ஆங்கிலத்திலும் மொழியாக்கம் செய்யப்பட்டு வருகிறது. மேலும், இவரது புதினங்கள் கல்லூரி பாடத்திட்டத்திலும் சேர்க்கப்பட்டுள்ளது. 'கீதாரி' புதினம் திருச்சி ஈ.வே.ரா கல்லூரியில் முதுகலைத் தமிழ்ப் பாடத்திட்டத்திலும், 'அளம்' புதினம் மதுரை தியாகராசர் கல்லூரியில் இளங்கலைத் தமிழ்ப் பாடத்திட்டத்திலும் இடம்பெற்றுள்ளன.

'அகலஉழுவதைவிட ஆழ உழுவது நல்லது' என்பதற்கிணங்க சு.தமிழ்ச்செல்வி தன் ஆழமான, நுணுக்கமான கருத்துக்களை இல்லறவாழ்வோடு இயைத்து, சமுதாய அவலங்களை நுழைத்து, மாந்தர்களின் மனப்போக்கை ஆராய்ந்து தன் எண்ணங்களுக்கு வடிவம் தந்து சமுதாயத்திற்குச் சிறப்பான படைப்புகளை அளித்துள்ளார். மேலும், கல்வித்துறை அதிகாரிகள் இவர் தலைமை ஆசிரியராகப் பணிபுரியும் பள்ளியான கம்மாஈபுரம் தொடக்கப்பள்ளியை முன்மாதிரிப் பள்ளியாகத் தேர்ந்தெடுத்து பாராட்டியுள்ளனர். அதற்குக் காரணம் கல்வியை ரசித்து அனுபவிக்கும் முறையை இவர் மாணவர்களுக்கு அறிமுகப்படுத்திய விதமே எனில் அது மிகையாகாது.

படைப்புகளும், படைப்பாளரும்

மாணிக்கம்,அளம்,கீதாரி,கற்றாழை,ஆறுகாட்டுத்துறை,கண்ணகி,பொன்னாச்சரம், சிலாவம் உள்ளிட்ட புதினங்களும், சாமுண்டி, தமிழ்ச்செல்வியின் சிறுகதைகள் என்ற இருசிறுகதைத் தொகுப்புகளும் இவரது இலக்கியப் படைப்புகளாகும். மாணிக்கம், அளம், கீதாரி, கற்றாழை, ஆறுகாட்டுத்துறை, கண்ணகி போன்ற ஆறு புதினங்கள் மட்டுமே "தமிழ்ச்செல்வியின் புதினங்களில் பெண்ணியமும் உளவியலும்" என்ற தலைப்பில் ஆய்வாக மேற்கொள்ளப்பட்டுள்ளது. படைப்பாளரின் புதினங்கள் களத்தை அடிப்படையாகக் கொண்டிருப்பினும் சமுதாயத்தில் பெண்களின் நிலையை வெளிப்படுத்துவதையே முக்கிய நோக்காகக் கொண்டிருப்பதை அறிய முடிகிறது.

"என் படைப்பிற்கான மூல விதையாக இருப்பது 'நான் ஒரு பெண்' என்கிற அழியாத எண்ணம். எனக்குக் கிடைத்த வலி, மகிழ்ச்சி, துயரம், கேளிக்கை எனும் அனுபவங்களின் தொகுப்பு என்னை ஒரு மனிதப் பிறவியாய் உணர வைத்தது என்பதை விட, ஒரு பெண்ணாக உணர வைத்தது என்பதுதான் முழுமையானதாக இருக்கும். எனக்கு மட்டுமின்றி என் தாய், சகோதரிகள், தோழிகள், உறவினர்கள் மேலும் நான் சந்தித்த பெண்கள் என இவர்களுக்குக் கிடைத்த அனுபவங்களை

நெருங்கி நின்றும், கற்பனை செய்தும் விளங்கிக் கொண்டதிலிருந்து உருவானது தான் பெண்ணாக உணரும் இந்த 'அழியாத எண்ணம்' "[4] என்னும் படைப்பாளரின் சொற்கள் வாயிலாக தான் ஒரு பெண் என்பதால் பெண்களின் வாழ்க்கையை இலக்கியமாக எடுத்துரைக்க வேண்டும் என்ற உந்துதல் அவரிடம் இருப்பதை உணர முடிகிறது.

படைப்பாளரின் படைப்புகள் சமூகத்தின் விளிம்பில் உள்ள பிரிவினர் குறித்து அக்கறைப்படுபவையாக உள்ளன. படைப்புகளில் காணப்படும் எளிய கிராமத்துப் பெண்கள் மன உறுதி படைத்தவர்களாக, தவறுகளை எதிர்க்கும் போர்க்குணம் கொண்டவர்களாக சுயமதிப்புடன் வாழ வேண்டும் என்ற கொள்கையுடையவர்களாகவே சித்தரிக்கப்பட்டுள்ளனர்.

"பெண் தொடர்ந்து போராடுபவள், அவள் ஒருபோதும் சோர்ந்து விடமாட்டாள். தம் தேவைகளைத் தாமே நிறைவு செய்து கொண்டு பெண்ணினம் ஒரு தொகுப்பாக வாழ முடியும் என்பவை என் நம்பிக்கை, விருப்பம்"[5] என்பதில் பெண்களின் போராட்டமே புதினங்களின் களனாய் அமைந்திருப்பது புலனாகிறது. கற்பனை உலகத்தில் சஞ்சரிக்கும் புதினங்கள் வாசகனைக் கவர்வதில்லை. நடப்பியலை ரசனையோடு எடுத்துரைக்கும் படைப்புகளே வெற்றி பெறுகின்றன. யதார்த்தத்தை மிகைப்படுத்தவோ, சிதைக்கவோ விரும்பாமல் படைப்பாளர் உண்மை நிலையை வெளிப்படுத்த முனைந்துள்ளார்.

"எழுத்தாளனுக்கு சமூகப் பிரச்சினை பற்றி இருநிலைப்பட்ட தெளிவு இருத்தல் வேண்டும். முதலில் இதுதான் பிரச்சினையென்ற கல்வி நிலைநின்ற, உலகநிலைநின்ற தெளிவு வேண்டும். சமூகப் பிரச்சினைகளை, அவற்றின் பரிணமிப்பு முறைகள் காரணமாகத் தவறாக விளங்காது, அவற்றின் மூலத்தன்மையை அறிந்து பிரச்சினையை விளங்கிக் கொள்வது முக்கியமாகும். இரண்டாவதாக அப்பிரச்சினை மனித வாழ்க்கையில் 'உயிரும் சதையும் உள்ளதாகவும் உணர்ச்சி மூச்சினையுள்ளதாகவும் எவ்வாறு பரிணமிக்கிறது' என்ற தெளிவு வேண்டும். இந்தத் தெளிவினாலேயே அவன் இலக்கியத்தை உணர்ச்சி ஆயுதமாக்கும் திறனைப் பெறுகிறான்"[6] என்ற கார்த்திகேசு சிவத்தம்பி அவர்களின் கருத்து ஒரு படைப்பாளர் எனும் முறையில் சு.தமிழ்ச்செல்விக்கும் பொருத்தமானதாக அமைகிறது. படைப்பாளரின் அனுபவம், உணர்வைப் பாதித்த சமூகப் பிரச்சினைகளே படைப்புகளாக வெளிவருகின்றன. படைப்பாளர் கதைக்களத்தையோ, கதைமாந்தர்களின் குணாதிசயங்களையோ ஆராய்ந்து எழுத வேண்டிய அவசியமில்லாமல் தான் கண்ட, கேட்ட பெண்களின் வாழ்க்கையையே படைப்பாக்கியதால் படைப்புகள் சிறந்து விளங்குகின்றன. கல்வியறிவு, பட்டறிவு, புறச்சூழல் பாதிப்புகளால் எழுத ஆரம்பித்த படைப்பாளர் நாடோடி வாழ்க்கை வாழும் கீதாரிப் பெண், மீன் விற்றுக் கொண்டிருந்த தலித்பெண் வாழ்க்கையைப் புதினமாக்கியுள்ளார்.

"எனது படைப்புவெளி, படைப்பு மொழி இவை சிறுவயதிலிருந்து சுயேச்சை-யான அனுபவத்தின் வழியாக நான் பெற்றவை. எனது படைப்புகள் படைப்பின் நிமித்தமாக கள ஆய்வு மேற்கொண்டு எழுதப்பட்டவை அன்று. பிறந்த மண்ணி-லிருந்து வெகு தூரத்தில் வசிக்க நேரிட்டதால் அவ்வப்போது எழும் சந்தேகங்களை தீர்த்துக் கொள்வது, தகவல் பிழைகளைத் தவிர்ப்பது போன்றவற்றிற்காக களப்ப-யணங்களை மேற்கொண்டிருக்கிறேன். அப்போதும் ஒரு பார்வையாளராக, பேட்டி காண்பவராக எனது இயக்கம் இருப்பதில்லை. உறவினர்கள் வீடுகளில் தங்கியி-ருப்பது போல உப்பு விளைவிப்பவர்கள், மீன் பிடிப்பவர்கள், ஆடு மேய்ப்பவர்-கள் இவர்களுடன் தங்கியிருந்திருக்கிறேன்."[7] என்பதில் படைப்பாளர் களத்தைக் காண்பது மட்டுமில்லாமல் கதைமாந்தரைப் படைப்பதற்கு முன் அம்மக்களோடு வாழ்ந்ததன் விளைவாக புதினம் உண்மைத்தன்மையுடையதாக இருப்பது கண்கூ-டாக விளங்குகிறது. ஒரு எழுத்தாளன் சமூகப்பிரச்சினைக் குறித்த தெளிவையும், அதை இலக்கியமாக உருவாக்கும் முறையையும் அறிந்திருத்தல் அவசியம். இத்-தகைய திறன் கொண்ட படைப்பாளராக சு. தமிழ்ச்செல்வி திகழ்வதை மேற்கூறிய கருத்துக்களின்படி அறியலாம்.

சான்றெண் விளக்கம்

1. அ.ச.ஞானசம்பந்தன், இலக்கியக்கலை, ப.15.
2. கார்த்திகேசு சிவத்தம்பி, இலக்கியமும் கருத்துநிலையும், ப.28.
3. ஜெயமோகன், எழுதும் கலை, ப.10. 4
4. Keetru.com/Kavithaasaran/jul o6/Tamilselvi.ph.p
5. சு.தமிழ்ச்செல்வி, கற்றாழை, முன்னுரை, ப.7.
6. கார்த்திகேசு சிவத்தம்பி, இலக்கியமும் கருத்துநிலையும், ப.29.
7. Keetru.com/Kavithaasaran/jul o6/Tamilselvi.ph.p

2

பெண்ணியக் கருத்தாக்கங்கள்

மனிதகுலத்தின் முன்னேற்றத்திற்கு அடித்தளமாய் அமைந்து நிற்பவர்கள் பெண்-களே என்னும் கருத்து நம் சமுதாயத்தில் வலியுறுத்தப்படினும் பெண்ணடிமையை ஒழிக்க இயலவில்லை. உலகில் சரிபாதியாக விளங்கும் பெண்ணினம் பல்வேறு சூழல்களாலும், காரணங்களாலும் அடக்கியாளப்பட்டு அடிமைப்படுத்தப்பட்டு வரு-கின்றது. மரபின் கட்டுப்பாட்டிற்குள் சிக்கிய பெண்கள் தங்களின் அடிமைவாழ்-வைப் புரிந்துக் கொண்டு விழிப்புணர்ச்சி அடைந்து, அக்கட்டிலிருந்து வெளியேறி தங்கள் முன்னேற்றவாழ்வினைக் குறித்துச் சிந்தித்துச் செயல்படும் நோக்கோடு தோன்றியதே பெண்ணியமாகும். இலக்கியப் படைப்பாளிகளின் படைப்புகளில் இடம்பெறும் பெண்ணியச் சிந்தனைகள் பெண்களின் வளர்ச்சிக்கு வித்தாக அமை-கின்றன. அவ்வகையில் படைப்பாளரின் புதினங்களில் காணப்படும் பெண்ணியக்-கருத்தாக்கங்கள் குறித்து ஆராய்வதாக இவ்வியல் அமைகிறது.

முதலில் `Womanism' என்ற சொல்லே பெண்களின் உரிமைப் பிரச்சி-னைகளையும், போராட்டங்களையும் உணர்த்தப் பயன்பட்டு வந்தது. பின்பே `Womanism'என்ற சொல்லின் இடத்தை `Feminism' என்ற சொல் பெற்றது. `Femina' என்ற இலத்தீன் மொழிச் சொல்லின் திரிபே Feminism என்ற ஆங்-கிலச் சொல்லாகும்.

ஆங்கிலத்தில் Feminism என்ற சொல்லுக்கு இணையாகத் தமிழில் பயன்-படுத்தப்பட்டு வரும் சொல் பெண்ணியமாகும். பெண்ணிலைவாதம், பெண்ணிலை ஏற்பு, மகளிரியல், பெண்ணுரிமை ஏற்பு, பெண்ணலக்கொள்கை என்ற பலசொற்கள் வழங்கப்படுமாயினும் `பெண்ணியம்' என்ற சொல்லே பரவலாக ஏற்றுக் கொள்ளப்-பட்டுள்ளது. `பெண்' எனும் சொல்லுக்குப் பெண்மைக்குரிய இயல்புகளை உடை-

யவள் என்று பொருள். பெண் தன்னிலை வாதத்தை எடுத்துரைத்து உரிமைகளை நிலைநாட்டுவதற்காகப் போராடுவதையே பெண்ணியம் எனலாம்.

"பெண்ணியம் என்பது பெண்ணின் மகத்துவத்தை உள்ளடக்கமாகக் கொண்ட ஓர் உலகத்தத்துவம். இத்தத்துவம் அடிப்படையானது. நிலைப்புத்தன்மை கொண்டது. உலகமுழுமைக்கும் பொதுமையானது. இத்தத்துவத்தின் அடிப்படையில் உரு வாக்கப்படும் கருத்தியல்கள்தாம் காலத்துக்குக் காலம், தேசத்துக்குத் தேசம் மாறு படும் தன்மைகொண்டவையாக நிலவுகின்றன"[1]

என்ற முனைவர் இரா.செல்வியின் கருத்து குறிப்பிடத்தக்கது. ஒரு சமுதாயத் தின் வரலாறு, பண்பாடு, கலாச்சாரம், செயல்கள், பழக்கவழக்கங்கள், நடைமுறை இயல்புகள் போன்றவற்றைப் பொறுத்து கருத்துக்களும் மாறுபடும் என்பது இயற்கை நியதி.

"பெண்களின் தாழ்நிலையை ஆராய்ந்து, அதை மாற்ற மேற்கொள்ளப்படும் வழிமுறைகளே பெண்ணியம் "[2]

என கார்டன் பெண்ணியத்தை வரையறை செய்கிறார். பெண்கள் குடும்பங் களிலும், சமுதாயத்திலும் நசுக்கப்படுவதை உணர்ந்து அதை எதிர்க்கும் விழிப்பு ணர்ச்சியுடன் செயல்பட்டு முன்னேற்றத்தை அடைய வழிகோலுவதே பெண்ணியம் எனலாம். பாலினத்தின் அடிப்படையில் பெண்ணாகப் பிறந்த ஒரே காரணத்திற்கா கவே அவள் ஒதுக்கப்பட்டு, உழைப்பு சுரண்டப்பட்டு அடக்குமுறைக்கு உள்ளா கிறாள். இயற்கையின் கூறான உடலமைப்பை அடிப்படையாகக் கொண்டு ஆண் பெண் என்ற ஏற்றத்தாழ்வைக் கொள்வது கண்டிப்பிற்குரியது. இத்தகைய அடிமை நிலையைத் தகர்த்தழித்து மாற்ற முனைவதே பெண்ணியமாகும்.

'குடும்பம்' என்ற கட்டமைப்பில் பிணைந்து வாழும் நம் தேசத்தில் ஆண் உயர்ந்தவனாகவும், பெண் தாழ்ந்தவளாகவும் கருதப்படுவதும், நடத்தப்படுவதும் வேதனைக்குரியது. ஆணும் பெண்ணும் சரிசமமாக இணைந்து வாழும் சமுதா யத்தில் சரிசமமான உரிமைகள் மட்டும் வழங்கப்படுவதில்லை. ஆண் ஆதிக்கத் துடன் செயல்பட, பெண் அடிமைப்பட்டுத் தலைகுனியும் நிலை இருப்பதாலேயே மகளிருக்கு ஆதரவாகப் பெண்ணியம் உருவெடுத்தது. இவ்வியக்கத்தின் நோக்கம் ஆண்களை ஒதுக்க வேண்டும் என்பதல்ல. பெண்ணியக் கருத்துக்களை ஏற்றுக் கொள்ளும் ஆண்களாக மாறவேண்டும் என்பதே.

"பெண்ணடிமை தீருமட்டும் பேசுந் திருநாட்டு

மண்ணடிமை தீர்ந்து வருதல் முயற்கொம்பே"[3]

என்னும் பாரதிதாசனின் கூற்று நினைவிற்கொள்ளத்தக்கது. பெண்கள் உரிமை களைப் பெற்று தனித்துவமாகச் செயல்படுவதால் மட்டுமே சமுதாயத்தில் மாற்றம் ஏற்பட்டு தேசம் முன்னேறும். இதற்குப் பெண்களின் அனைத்து வகையான சிக் கல்களையும் அறிந்து அவற்றைக் களைய முற்படும் பெண்ணியத்தை ஆதரிப்பது

அவசியமாகும்.

பெண்ணடிமைத்தனம் என்னும் ஆணாதிக்கம் பின்னிய வலையில் சிக்கிய பெண்கள் விழிப்புணர்வு பெற்று, உரிமைகளுக்காகப் போராடி ஆண், பெண் சமத்துவத்தை நிலைநாட்ட வேண்டும். ஒவ்வொரு பெண்ணும் ஆணாதிக்கத்தின் அடக்கு ஒடுக்குமுறைகளை எதிர்த்து, அவற்றைக் களைவதற்கானத் தீர்வுகளைக் கையாண்டு முழுமையான சுதந்திரத்தை அடைதல் வேண்டும் என்பதே பெண்ணி-யத்தின் இலக்காகும்.

பெண்ணியவகைகள்

பதினெட்டாம் நூற்றாண்டில் ஐரோப்பிய சமூகத்தில் தனிமனித சுதந்திரம், சமத்-துவம், குடியாட்சி, அனைவருக்கும் ஒரே விதிமுறைகள் போன்ற பல்வேறு புது-மைக்கருத்துக்கள் தோன்றலாயின. இதன் விளைவாக பிரெஞ்சுப்புரட்சி, அமெரிக்-கப் புரட்சி என இருநாடுகளிலும் பெரும்புரட்சிகள் தோன்றின. இப்புரட்சிகளில் பெண்கள் பங்கு பெற்றிருப்பினும் அவர்களின் வாழ்வில் மாற்றம் ஏற்படவில்லை. ஆணும், பெண்ணும் இயற்கையில் வேறுபட்ட தன்மை கொண்டிருப்பதால் ஏற்றத்-தாழ்வு கொள்வதில் தவறில்லை என்ற எண்ணத்தையே கொண்டிருந்தனர்.

சமூகத்தில் பெண்கள் தாழ்நிலையில் இருப்பதை எதிர்த்து கருத்துக்கள் தோற்-றம் பெற்றன. இது குறித்து மேரி உல்ஸ்டோன் கிராப்ட் என்ற ஆங்கிலப் பெண்-மணி 1792 இல் ``ஆண்கள் உரிமைகளை நியாயப்படுத்துதல்'' (Vindication of the rights of man) என்ற நூலை இயற்றினார். உரிமைகள் மறுக்கப்படின் அவற்றைப் பெறுவதற்காக மக்கள் புரட்சி செய்வது நியாயம் எனில் மக்களில் பெண்களும் ஐக்கியமே. அதனால் பெண்களின் உரிமைக்காகப் போராடுவதும் நியாயமே என்ற கருத்தை வலியுறுத்தினார்.

``ஆணும் பெண்ணும் இயற்கையிலேயே மாறுபட்ட தன்மைகள் உடையவர்கள் அல்லர்; தற்காலத்தில் பெண்கள் ஆண்களிடமிருந்து மாறுபட்ட குணங்களைப் பெற்றிருப்பதற்கு அவர்கள் வளர்க்கப்பட்ட சூழ்நிலையே காரணம் ஆகும். பெண்-மையின் குணங்கள் என்பவை ஆண்களால் பெண்களுக்கு எனத் தீர்மானிக்கப்-பட்டவையாகும்''[4]

என்பதன்படி ஆண்களால் விரும்பப்படும் பெண்களாகவே வாழ வேண்டிய நிர்ப்பந்தத்தில் இருக்கும் பெண்களால் தங்கள் திறமைகளை வெளிப்படுத்த இயல-வில்லை. இத்தகைய நிலை மாற வேண்டும் எனில் பெண்கள் கல்வி கற்று தற்-சார்புடையவர்களாகச் செயல்படுதல் அவசியம் என்ற மேரியின் கருத்து முதலில் ஏற்கப்படவில்லை. எனினும் பெண்ணியம் தீவிரமடைந்த நிலையில் ஒரு பெண்-ணால், பெண்களின் நிலை குறித்து எழுதப்பட்ட இந்நூலே பெண்ணியத்திற்கான தோற்றுவாயாகக் கருதப்படுகிறது.

இங்கிலாந்தில் தோன்றிய தொழிற்புரட்சியின் விளைவாக வேலை வாய்ப்புகள் அதிகரித்தன. பணியின் பொருட்டு நகரங்களுக்கு குடும்பத்தை மாற்றிய மக்கள் தொழிற்சாலைகளில் பணிபுரிய முற்பட்டனர். பெரியோரின் ஆதிக்கம் குறைந்ததால் பெண்களும் வீட்டை விட்டு வெளியேறி சமூகத்தில் தங்களின் முதல் அடியை வைத்தனர். பொருளாதார மாற்றத்தினால் பெண்களின் உலகம் இல்லத்திற்குள்ளும் ஆண்களின் உலகம் இல்லத்திற்கு வெளியிலும் என்ற நிலை மாறி பெண்கள் வெளியுலகில் தங்கள் பாதச்சுவடுகளைப் பதிக்கத் தொடங்கினர்.

பெண்ணியக் கோட்பாடு தாம் கொண்ட கொள்கைப் பிடிப்பிற்கேற்ப பல்வேறு வகைகளைக் கொண்டது. சுதந்திரமும் உரிமை கோருதலும் அடிப்படையாக இருப்பினும் கொள்கைகள், செயல்களில் வேறுபாடுகள் தோன்ற இயக்கங்களும் தோன்றலாயின. மிதவாதப் பெண்ணியம், சமதர்மப் பெண்ணியம், தீவிரவாதப் பெண்ணியம் என பெண்ணியத்தை மூன்று பெரும் பிரிவுகளாகப் பகுக்கலாம்.

மிதவாதப்பெண்ணியம்

கடவுளின் முன் அனைவரும் சமம் என்ற கருத்தின் அடிப்படையில் சமத்து-வத்தை வலியுறுத்தி பகுத்தறிவில் தோன்றியது மிதவாதப் பெண்ணியம். மனிதர்க-ளின் இரு கூறுகளான ஆண், பெண் பகுப்பில் ஆணிற்குக் கிடைக்கும் உரிமை-கள் பெண்ணிற்கும் கிடைக்க வேண்டும் என்ற சமத்துவத்தை நாடியது. பெண்கள் தங்களின் வாழ்வைத் தாங்களே தீர்மானிக்க சுதந்திரம் தேவை என சுயமதிப்பிற்-காகப் போராடியது.

பெண்கள் முதலில் 'பெண்கள்' என்று உணரப்பட்ட பின்பே மனிதர்கள் என்று உணரப்படுவதால் உரிமை கிடைப்பதில்லை. அதனால் ஆணைச் சார்ந்து பெண் வாழும் நிலை மாறி தனிமனிதச் சுதந்திரமும் பெண்களுக்குத் தரப்பட வேண்டும் என்ற கருத்தை மேரி உல்ஸ்டோன், செனிகா பால்ஸ், ஜான்ஸ்டூலேட்மில் போன்ற-வர்களின் படைப்புகள் வலியுறுத்துகின்றன.

"பெண்கள் தம் கௌரவத்தைக் காத்துக் கொள்ளத்தாம் விரும்பியபடி பற்பல பணிகளை ஏற்பதும், சொத்தில் பங்குபெறுவதும், ஓட்டுரிமை பெறும் தகுதியை உடையவராவதும் மிக முக்கியம்"[5]

என்ற ஜான் ஸ்டூலேட் மில்லின் கருத்து குறிப்பிடத்தக்கது. மிதவாதப் பெண்-ணியம் பெண்களுக்குக் கல்வியுரிமை, சொத்துரிமை, ஓட்டுரிமை, பணி செய்யும் உரிமை தேவை என வலியுறுத்தி இவ்வுரிமைகளைப் போராடிப் பெற்றுத்தந்தது.

பெண்ணியத்தின் தாய் எனப் போற்றப்படும் பெட்டி ப்ரைடன் தனது 'பெண்-மையின் மாயை' என்ற நூலின் வாயிலாக அமெரிக்கப் பெண்களின் நிலையை வெளிப்படுத்தினார். இவர் பெண்கள் அடங்கிப் போகும் இயல்புடையவர்களாகவும், பாலியல், குழந்தை வளர்ப்பில் ஈடுபடுபவர்களாகவும், உணவு, உடை, இல்லப்-பராமரிப்பு போன்றவற்றிலேயே திருப்தியடைந்து இல்லத்திற்குள்ளேயே முடங்கிக்

கிடப்பவர்களாகவும் சித்தரித்துக் கொண்டிருந்த பத்திரிக்கைகளில் வெளிவந்த கட்-டுரைகள், கதைகள், விளம்பரங்களை எதிர்த்தார். பெண்களுக்கும் மனம், உயிர், விருப்பம், தனிப்பட்ட சிந்தனைகள், கருத்துக்கள் உண்டு என்று வலியுறுத்தினார்.

மனிதர்களின் ஒரு பகுப்பான பெண்கள் தங்கள் மனித உணர்வுகளையும், தேவைகளையும் பூர்த்தி செய்ய அனுமதிக்காத நிலையில் சுயமதிப்பிற்காகப் போராட வேண்டிய சூழல் எழுகிறது. ப்ரைடன் ஆணாதிக்கம் கற்பித்து வந்த சமு-தாயத்தில் பெண்ணைக் குடும்பம் அடிமைப்படுத்துகிறது என்ற கருத்தைக் குறிப்பி-டினும் பெண்கள் குடும்பத்தை விலக்கிவிடக்கூடாது என்று உரைத்துள்ளார்.

"பெண்கள் தங்களை அர்த்தமுள்ள வாழ்க்கைப் பணிகளில் ஈடுபடுத்திக் கொள்ள வேண்டும். திருமணம், தாய்மை இவற்றுடன் வாழ்க்கைப் பணியினையும் இணைத்துச் செயலாற்ற புதுவிதமான வாழ்க்கைத் திட்டத்தை உருவாக்க வேண்-டும். இதற்கு சமூகத்தின் பல்வேறு தரப்பினரும் ஒத்துழைக்க வேண்டும்"[6]

என ப்ரைடன் சிக்கலுக்கான தீர்வினை எடுத்துரைத்துள்ளார். பெண்கள் அனுபவிக்கும் பிரச்சினைகள் சமூகக்கலாச்சாரம், அரசியலை அடிப்படையாகக் கொண்டதால் சமுதாயமும் மாற்றமடைய வேண்டும் என்று விரும்பினார். பெண்க-ளின் குறைகளைத் தகர்க்க தேசியப் பெண்கள் அமைப்பை நிறுவி அதன் முதல்-வராகப் பணிபுரிந்தார்.

பெண்களுக்கு அரசியல் சாசனத்தில் சமவுரிமை, சமமான கல்வி, பணிகளில் பாலினப் பாகுபாடுகளை நீக்குதல், சமமான ஊதியம், பெண்களுக்கான பாதுகாப்புச் சட்டம், மணமுறிவு, மகப்பேறு விடுப்பு, பெண்கள் குழந்தைகள் பெற்றுக் கொள்வ-தைத் தாங்களே முடிவு செய்யும் உரிமை, குழந்தைப் பராமரிப்பு போன்ற உரிமை-களைப் பெறுவதற்கான செயல்களில் இவ்வமைப்பு ஈடுபட்டது.

மிதவாதப் பெண்ணியம் பெண்களின் உரிமைக்காகப் போராடி குடும்ப, சமூக-வாழ்வைச் சீராக்க முனைந்தது. திருமணம், தாய்மை, குடும்பம் போன்றவற்றுடன் சுயமதிப்பின் அவசியத்தையும் வலியுறுத்தியது. இப்பெண்ணியவாதிகள் குடும்ப அமைப்பை ஏற்றுக் கொண்டு சமூகப் பழக்க வழக்கங்களில் மாறுதல்களை உரு-வாக்க விரும்பினர்.

சமதர்மப்பெண்ணியம்

காரல்மார்க்ஸ், ஏங்கல்ஸ் கருத்துக்களின் அடிப்படையில் பொதுவுடைமைக் கருத்துக்கள் பரவ ஆரம்பித்தன. மார்க்சியம், பெண்ணியம் என இரண்டும் இணைந்து பெண்களின் துயரத்தை நீக்கும் முறைகளை ஆராய்ந்ததன் விளைவா-கவே சமதர்மப் பெண்ணியம் தோன்றியது. அதாவது பெண்ணடிமைக்கான கார-ணங்களை மார்க்சிய கருத்துக்களின் மூலமும் ஒப்பிட்டு ஆராய்ந்தது.

"உரிமையோ அந்தஸ்தோ தனிப்பண்போ சுதந்திரமோ இல்லாதவளாக நசுக்-கப்பட்டுள்ள இன்றைய ஹிந்து பெண்மணியை உண்டாக்கியிருப்பது பண்பாடு

அல்ல. அன்பு அல்ல. நல்லொழுக்கத்தின் தத்துவமல்ல. கருத்து முதல்வாதத் தத்-துவமல்ல. இந்தியனுக்கே அலாதியானதாகச் இருப்பதாகச் சொல்லப்படும் உயர்ந்த ஆத்மீகப் பண்பு அல்ல. அடிமை— உடைமைவர்க்கத்தின் மூர்க்கத்தனமான சர்-வாதிகாரமே பெண்ணை இந்த நிலைக்குக் கொண்டு வந்தது"[7]

என்று எஸ்.ஏ.டாங்கே பெண்ணடிமைத்தனத்திற்கானக் காரணத்தை வரையறை செய்துள்ளது குறிப்பிடத்தக்கது. தந்தை வழிச் சமுக அமைப்பில் உள்ள ஆண்-களின் சொத்துரிமையே பெண்கள் அடிமையாவதற்கு அடிப்படைக் காரணம் என இப்பெண்ணியவாதிகள் கருதினர். குடும்பம் என்ற அமைப்பு செல்வத்தைப் பேணும் தளமாக அமைய சொத்துரிமை பெற்ற ஆணே உயர்ந்தவனாகிறான். குடும்பத்-தில் பெண் அடிமையாக இருந்து இலவசமாக உழைக்கிறாள், சுரண்டப்படுகி-றாள். பெண்கள் குடும்பத்தில் நாள் முழுவதும் செய்யும் இல்லப்பணிகள் சமுகத்-தில் ஆண்கள் செய்யும் பணிக்கு இணையான மதிப்பினைக் கொண்டது. ஆனால் அதற்குரிய மதிப்போ, ஊதியமோ வழங்கப்படவில்லை. முதலாளித்துவ அமைப்-பும் பெண்களின் பணியை மதிப்பிட்டு பெண்களைத் தாழ்த்தி ஆண்களை விடக் குறைந்த கூலியை தருவதாகவே இருந்தது. தந்தைவழிச் சமுகம் தனிச் சொத்-துரிமை, வாரிசுருவாக்கல் போன்றவற்றை அடிப்படையாகக் கொண்டு முதலாளித்-துவ சமுக அமைப்பு இதற்கு உறுதுணையாக இருந்ததாலும் பெண்களின் நிலை மேலும் தாழ்ந்தது.

"பெண் எல்லா இடங்களிலும் அனைத்துச் சமுகத்திலும் ஒடுக்கப்பட்-டாள்.நவீன முதலாளித்துவத்தில் மேலும் ஒடுக்கப்பட்டாள். பெண்கள் குறைந்த கூலி பெறும் தொழிலாளர்களாய் நியமனம் செய்யப்பட்டு சுரண்டப்பட்டார்கள். பலர் வீட்டு வேலை செய்பவர்களாய் மாறினர். பணம் மதிப்பீடுகளை முடிவு செய்-கிறபோது பெண் வெளியே சென்று வேலை செய்ய வேண்டிய நிர்பந்தம் நேர்ந்-தது. நாள் முழுவதும் செய்யப்படுகிற வீட்டு வேலைகளுக்கும் சம்பளமில்லாததால் அவள் உழைப்பிற்கு மதிப்பில்லாமல் போனது. முதலாளித்துவ சமுதாயம் தேவை நேர்ந்த போதெல்லாம் அவர்களைப் பயன்படுத்திக் கொண்டது"[8]

எனும் தேவதத்தாவின் கருத்து ஒப்புநோக்கத்தக்கது. இப்பெண்ணியவாதிகள், "ஆணுக்குப் பெண் சரிநிகர் சமம்" என்ற மிதவாதிகளின் கொள்கைகளை நிலை-நாட்ட பொருளாதார விடுதலையும், வளர்ச்சியும் அடிப்படை என்பதை வலியுறுத்-தினர்.

தீவிரவாதப்பெண்ணியம்

1960 களுக்குப் பின் தோன்றிய தீவிரவாதப் பெண்ணியம், சமுகத்தில் பெண் தன்னை நிலைநிறுத்த மேம்படுத்தத் தடையாக இருக்கும் குடும்பத்தைத் தகர்த்-தல், தாய்மையைப் புறக்கணித்தல் போன்ற கருத்துக்களை முன்னிலைப்படுத்து-கிறது. ஸிமோன் தி பூவாவின் `இரண்டாம் பால்', கேட் மில்லட்டின் `பாலியல்

அரசியல்', ஜெர்மன் கீதரின் 'பெண் அலி', சுலாமித் ஃப்யர்ஸ்டோனின் 'பாலியல் பற்றிய வாதம்' போன்ற நூல்கள் தீவிரவாதப் பெண்ணியத்தின் முக்கிய நூல்களாகும்.

"பெண்கள் தாங்கள் உடற்கூற்றின் அமைப்பினாலேயே ஒரு விதத்தில் ஊனப்படுத்தப்பட்டுள்ளனர். ஏனெனில் அவர்கள் மட்டுமே தாய்மை அடைந்து பிள்ளைப் பேற்றின் சகல கஷ்டங்களையும் அனுபவிக்க நேர்கிறது.எனவே பெண்களைப் பொறுத்தவரைத் தாய்மை என்பது காட்டுமிராண்டித்தனமானது"9 என்று தாய்மைப்பேற்றைச் சுலாமித்ஃப்யர்ஸ்டோன் விமர்சித்துள்ளார். மேலும் இந்நவீனப் பெண்ணியம் இயற்கையின் நியதியால் படைக்கப்பட்ட ஆண் பெண் உயிரியல் கூறு வேறுபாடே பெண்கள் நசுக்கப்பட வித்திட்டது என்பதால் பாலியல் சுதந்திரத்தை நாடியது.

ஆண்கள் பெண்களை அடக்கி ஆள்வதைத் தங்கள் பிறப்புரிமையாகக் கொண்டுள்ளனர். இதைச் சமூகமும் வழக்கமாக்கியதால் தனிமனித வாழ்வில் பெண்கள் நசுக்கப்படுவதுடன் பொதுவாழ்விலும் அடிமைப்படுத்தப்படுகின்றனர். இதற்கு திருமணம், குடும்ப அமைப்பு, தாய்மை, பாலியல் போன்ற கட்டுப்பாடுகளும் உதவி செய்வதால் இப்பெண்ணியவாதிகள் குடும்பத்தை எதிர்க்கத் துணிந்தனர். மேலும் செயற்கை முறையில் இனப்பெருக்கம் என இயற்கைக்கு மாறான கண்ணோட்டத்தை உருவாக்கினர். ஆணைவிடப் பெண் உயர்ந்தவள் என்று வாதித்து பெண்ணியத்தின் போக்கையே மாற்றினர்.

"பெண் அடிமைக்கான காரணங்கள் என்று தீவிரப் பெண்ணியவாதிகள் ஆராய்ந்து கூறிய கருத்தியல்கள் ஏற்புடையவையே. ஆனால் அவர்கள் தீர்வாக முன்வைக்கும் குடும்பத்தகர்ப்பு, தந்தைவழிச் சமூகத்தால் உருவாக்கப்பட்ட அத்துணை மரபுகளையும் கட்டுடைத்தல், வரைமுறையற்ற பாலியல் சுதந்திரம், பெண் ஓரினச் சேர்க்கை, கருப்பைக்கு வெளியே குழந்தைப் பேறு, தாய்மைப் புறக்கணிப்பு ஆகிய கலகவாதங்கள் மானிடகுல அழிவுக்கு வழிவகுப்பவையாக உள்ளன"10 என்ற இரா.செல்வியின் கருத்து ஏற்கத்தக்கது. ஏனெனில் தாய்மை எனும் பண்பை இழக்க இந்தியப் பெண்கள் என்றும் விரும்பமாட்டார்கள் என்பதே உறுதி.

படைப்பாளரின் புதினங்கள் அனைத்துமே மிதவாதப் பெண்ணியக் கருத்துக்களையும், சமதர்ம பெண்ணியக் கருத்துக்களையும் உடையதாக விளங்குகிறது. 'கற்றாழை' புதினம் ஆண், பெண் என்ற குடும்ப அமைப்பைத் தகர்க்க முற்பட்டிருப்பினும் தாய்மைப்பண்பை இழக்க விரும்பவில்லை. 'கண்ணகி' புதின நாயகி உடலால் கறைபட்டிருப்பினும் உள்ளத்தூய்மையோடும், தாய்மையுணர்வோடும் செயல்பட்டு ஆணாதிக்கத்தை எதிர்க்கிறாள். இக்காரணங்களால் இப்புதினங்களைத் தீவிரவாதப் பெண்ணியத்தில் அடக்கவியலாது.

பெண்ணியச்சிக்கல்கள்

உலக நிலைப்பாட்டிற்குக் காரணமானப் பெண்மையை அடக்கி ஒடுக்கும் ஆணாதிக்கச் சமுதாயத்திற்கு எதிராக பெண்கள் உரிமை பெற இன்றும் போராடு-கின்றனர். குடும்பத்திலும், சமூகத்திலும் நிலவும் ஆண் பெண் பாலின வேறுபாடு-களால் பெண்களின் வாழ்வு சிக்கல்கள் நிறைந்து காணப்படுகிறது. ஆணாதிக்கத்-தில் பெண்கள் தங்களின் தனித்தன்மையை இழக்க நேரிடுகிறது. இதை எதிர்த்து தங்களின் சுயத்தைத் தேடி, நிலைநிறுத்தப் போராடும் பெண்களின் வாழ்க்கை போராட்டக்களமாக மாறுகிறது. புதினங்களில் இடம்பெற்ற பெண் கதாபாத்திரங்கள் குடும்பம் மற்றும் சமூகச் சிக்கல்களால் எங்ஙனம் பாதிக்கப்படுகின்றனர் என்பதை இவ்வியல் ஆராய்கிறது .

1. குடும்பச்சிக்கல்கள்

குடும்பத்தில் நிலவும் பெண்ணடிமைத்தனத்திற்கு ஆணாதிக்கமும் தனிச் சொத்-துடைமையுமே காரணம் என்று மார்க்ஸ், ஏங்கெல்ஸ் குறிப்பிட்டுள்ளனர். குடும்ப அமைப்பு பெண்ணின் உடல் உழைப்பையும், பாலியலையும் சுரண்டுகிறது.

"அவளைக் குடும்ப வாழ்க்கையின் சட்ட திட்டங்களுக்குள் மாட்டி வைத்தும் பொதுவாக ஆணாதிக்க மனப்பான்மையை வளர்த்தும் வருகிறது. இதனால் தனது அடிமைத்தனத்திற்குத் தானே துணைபோக வேண்டிய நிலைமை ஒவ்வொரு பெண்ணுக்கும் ஏற்பட்டுள்ளது"[11]

என்பதன்படி குடும்பத்தில் ஆணாதிக்கம் மேன்மையுற பெண்களின் நிலை தாழ்வடைகிறது. புதினமாந்தர்களின் குடும்பச்சிக்கல்களைத் திருமணம், ஆணாதிக்-கமும் வன்முறையும், பணிப்பகிர்வும் உழைப்பும், நெறிபிறழ்வும் நிராகரிப்பும் எனப் பகுக்கலாம்.

1.1.திருமணம்

திருமணப் பேச்சில் பெண்ணின் விருப்பத்தைக் கேட்டு அதன்படி முடிவெடுக்-கும் பெற்றோர்கள் மிகக்குறைவு. புதினங்களில் தந்தையின் விருப்பப்படி நடக்கும் திருமணங்களே அதிகமாக இடம்பெறுகின்றன. பெரும்பான்மையான பெற்றோர்கள் பெண் கேட்டு வருபவன் எப்படிப்பட்டவனாக இருப்பினும் பெண் தர சம்மதிக்கின்-றனர்.

"பெண்ணின் விருப்பத்திற்கு மாறாகக் கல்யாணத்தை நடத்துபவர்கள் அறிவி-லிகள், ஆணவக்காரர்கள், பித்தர்கள் என்று ஆயிரம் தடவை கூறியிருக்கிறேன்"[12]

எனும் அறிஞர் அண்ணாவின் கருத்து நினைவில் கொள்ளத்தக்கது. `கற்-றாழை' புதினத்தில் முனியாத்தா தன் பேரனுக்காக மணிமேகலையைப் பெண் பார்க்க வருகின்றாள். பெற்றோர் இவ்வரன் குறித்து மகளிடம் எத்தகைய சொற்-களையும் பேசுவதில்லை. இவ்விவரத்தை மறைமுகமாக அறிந்து கொண்ட மணி-மேகலை சங்கரன் எவ்வாறு இருப்பான்? என்று கற்பனை செய்ய, அவள் மனது இக்காட்சியை நினைப்பதே தவறு எனக் கடிந்துக் கொள்கிறது.

"பாத்து மட்டும் என்ன செய்யப்போறம். புடிச்சிருக்குன்னு சொல்லப் போறமா? இல்ல. எனக்குப் புடிக்கல வேண்டாங்கப் போறமா.எப்புடி இருந்தாலும் அவ்வொ-ஞுக்குத்தான் நம்மள கட்டி வய்க்கப் போறாவோ. இதில் மின்னாடி பாத்தான்ன பின்னாடி பாத்தான்ன எல்லாம் ஒண்ணு தான்"[13]

என்று மணிமேகலை தனக்குத் தானே கற்பித்துக் கொள்ளும் காரணத்தில் தனக்கானத் துணையைத் தேர்ந்தெடுக்கும் முடிவு பெண்ணுக்கு இல்லாத நிலை புலனாகிறது. எதிர்காலத் துணை குறித்த விருப்பத்தைத் தெரிவிக்க இயலாத ஊமையாகவே பெண்கள் இருப்பதை இக்கதாபாத்திரம் வெளிப்படுத்துகிறது.

சண்முகத்தின் மூத்தமகள் பூரணத்திற்கு ஒரே நேரத்தில் தகட்டூரிலிருந்தும், உள்ளூரிலிருந்தும் வரன் வந்தது. தகட்டூர் தலைவரின் மகனுக்கு மகளைத் திரு-மணம் செய்விக்க பாக்கியம் விருப்பப்பட்டாள். ஆனால் பூரணம் `உள்ளூரில் திருமணம் செய்துக் கொண்டால் பெற்றோரைக்கான வசதியாக இருக்கும் எனக் கருதியவளாக உள்ளூர் மாப்பிள்ளையையே மணம் செய்து கொள்கிறேன்' என மறைமுகமாக, சாதூர்யமாக தன் எண்ணத்தை வெளிப்படுத்தினாள். மகளின் விருப்பத்திற்கு முக்கியத்துவம் தருவது போல சண்முகம் உள்ளூர் மாப்பிள்ளை தன்வழிச் சொந்தம் என்ற காரணத்திற்காகவே மனைவியின் எண்ணத்தைப் புறந்-தள்ளி திருமணத்தை நடத்துகிறான். அடுத்த மகள் மணிமேகலைக்குப் பார்த்த வரன் தவறானவன் என்று அறிந்தும் பிடிவாதமாக, ஆணாதிக்கத்தை வலுப்படுத்-தவே திருமணத்தை நடத்தி மகளின் வாழ்க்கையை வீணாக்குகிறான்.

தங்கத்தாச்சி, செல்லாயி, வாணி, மணி(மாணிக்கம்) வடிவாம்பாள், ராசாம்பாள் (அளம்) முத்தம்மாள், கரிச்சா (கீதாரி) தங்கலட்சுமி (ஆறுகாட்டுத்துறை), சிவ-காமி, செகதாம்பாள் (கற்றாழை) போன்ற பெண் பாத்திரங்களின் திருமணம் பெற்-றோர் விருப்பத்திற்கு நடக்கிறது. சத்யா, கனியா, திலகா, செஞ்சிலா (கற்றாழை) கண்ணகி (கண்ணகி) சமுத்திரவல்லி (ஆறுகாட்டுத்துறை) போன்ற பெண்கள் காதல் திருமணம் புரிந்து கணவனை விட்டுப் பிரிவதாகச் சித்தரிக்கப்பட்டிருக்கின்-றனர்.

1.2. ஆணாதிக்கமும்வன்முறையும்

"தமது பாலே உயர்ந்ததென்று ஆண் கொள்ளும் நம்பிக்கை, எதிர்ப்பாலைத் தன்னாதிக்கத்திற்கு உட்படுத்தத் தூண்டும் நிலை"[14]

என்று ஆணாதிக்கத்திற்குப் பெண்ணியக் கலைச்சொல் விளக்கம் அளிக்கிறது. ஆணாதிக்கம் தன்னை நிலைநிறுத்திக் கொள்வதற்காகக் கண்டறிந்த பல்வேறு வழிமுறைகளை, வழக்கத்தின் அடிப்படையில் விதிமுறைகளாக மாற்றி மரபுசார்ந்த சமுதாயத்தை உருவாக்கிவிட்டது. ஆண் தலைமைப்பதவியை ஏற்று பெருமை கொள்வதற்காகப் பெண்ணை அடிநிலை ஊழியனாக்கி அடிமைப்படுத்துகிறான். ஆண் தான் இன்பம் துய்த்து மகிழவும், தனக்குப் பிள்ளைகளைப் பெற்றுத்தரவும்,

பெண்ணைத் தனக்கான கருவியாகப் பயன்படுத்திக் கொள்கிறான்.

ஒரு பெண் தனக்கான வாழ்க்கையை வாழாமல் காதலி, மனைவி, தாய், சகோதரி, பாட்டி போன்ற பல்வேறு உறவுகளில் ஆண்களின் அடைப்புக்குறிக-ளுக்குள் வாழவே பழக்கப்படுத்தப்படுகிறாள். இதில் சிக்கிய பெண்கள் நேசத்தின் வாயிலாக தனக்கு அடிமைச்சங்கிலி பிணைக்கப்பட்டுள்ளதை அறியாமல் இயக்கு-வதையே ஆணாதிக்கம் செயல்படுத்துகிறது. இதனால் பெண்கள் தங்கள் ஆளு-மையையும் சுயத்தையும் இழந்துவிடுகின்றனர்.

”வன்முறையானது பெண்களின் வாழ்தல் களத்தில் அவர்களுக்கு எதிராகச் செயல்படும் ஆண்களின் அதிகாரமாகும். (Power) அதிகாரம் பெண்களின் உடலையும் (physic), மனத்தையும் தாக்கக்கூடியது.”[15]

என்று அரங்கமல்லிகா குறிப்பிடுகின்றார். ஆணாதிக்கம் பெண்களைத் தன் கட்டுக்குள் வைத்திட, அடிமை எண்ணத்தை வளர்க்க வன்முறையைக் கையாள்-கிறது. பெண்களுக்கு ஆணாதிக்கம் ஏற்படுத்தும் வன்முறைகளை உடல் மீதான வன்முறைகள், மனதைப் பாதிக்கும் வன்முறைகள் என இரு வகைப்படுத்தி விளக்-கலாம்.

1.2.1. உடல்மீதானவன்முறைகள்

பெண் மென்மையானவள், பூவை ஒத்தவள் என்று வருணிக்கும் ஆண் சமுதாயம் பெண்களை அடக்கியாள வன்முறை ஆயுதத்தை மேற்கொள்கிறது. பெண் உடல்மீதான வன்முறைகளை அடித்தல், கருவதை, பாலியல் வன்கொடுமை ஆகிய கூறுகளில் தொகுக்கலாம்.

`கற்றாழை’ புதினத்தில் சோம்பேறியாய் மனைவியின் உழைப்பைச் சுரண்டும் செல்வராசு தன் நண்பர்களுடன் இணைந்து திருடிய கூழைக்கிடாயை இல்லத்தில் அறுக்க முற்பட்டான். மணிமேகலை தவறைக் கண்டிக்க, கோபமுற்ற செல்வராசு தரக்குறைவாகப் பேசி சமைக்கும்படி ஆணையிடுகிறான். அவள் இல்லத்தில் சமைப்பதற்கான பொருட்கள் இல்லாத நிலையை எடுத்துரைத்து மறுக்க செல்வ-ராசு வன்முறையைக் கையாள்கிறான்.

“இப்ப சொல்லு பாப்பம் முடியாதுன்னு.. புரடிமயிர் அவன் கையோடு பிய்த்-துக்கொண்டு வந்துவிடுவது போல வலித்தது அவளுக்கு. முடியை இழுத்து முகத்தை அண்ணாத்தியதில் தொண்டை தெறித்து, வாயசைத்துப் பதில்சொல்ல-முடியாமல் போனது. விழிபிதுங்கியது. கழுத்தைத் திருப்பமுடியாதபடி முதுகோடு இழுத்துப் பிடித்திருந்தான்”[16]

என்பதில் வலியினைப் பொறுக்கமுடியாத மணிமேகலை கணவனின் ஆணை-யைப் பின்பற்ற வேண்டிய நிலைக்குத் தள்ளப்பட்டது புலனாகிறது. நள்ளிரவில் அண்டை வீட்டில் மளிகைப்பொருட்களை யாசித்து சமைத்துப் பரிமாறினாள். செல்வராசு வன்முறையால் தனக்குக்கிடைத்த வெற்றியை உண்டு மகிழ்ந்து

கொண்டாடினான்.

கணவன் தன் எண்ணங்களைச் செயல்படுத்த மனைவி எனும் அடிமை தனக்-குக் கிடைத்துவிட்டதாக எண்ணுகிறான். அடிமையைத் தன்விருப்பத்திற்கு ஆட்-டிவைக்க வன்முறைக் கருவியைப் பயன்படுத்துகிறான். தன் கருத்தை ஏற்கம-றுக்கும் மனைவியை வன்முறைக்குட்படுத்தி நினைத்ததைச் சாதிக்கும் உத்தியைக் கையாள்கிறான் என்பதையே இப்புதினம் பிரதிபலிக்கிறது.

ஒவ்வொரு பெண்ணுமே தாய்மை எனும் உன்னத உணர்வினையடைய விரும்-புகின்றனர். கர்ப்பக்காலத்தில் பெண்கள் அதிக எச்சரிக்கையுணர்வுடன் செயல்-படவேண்டும் என அறிவுறுத்தினாலும் சில ஆண்கள் கருவிற்குக் கூற்றுவனாக மாறும் கொடுமையைப் படைப்பாளர் கற்றாழை, கண்ணகி புதினங்களில் வெளிப்-படுத்துகிறார்.

`கற்றாழை' புதினத்தில் ஐந்துமாதக் கருவைச் சுமக்கும் மணிமேகலை காலை ஏழுமணிக்குள் வீட்டுவேலைகளை விரைவாக முடித்துவிட்டு நடவுப்பணிக்குச் செல்லவேண்டும். அதற்குமுன் தினமும் பீடி வாங்கி வைக்கவேண்டுமென செல்வ-ராசு கட்டளையிட்டிருந்தான். வீட்டுவேலையில் மும்முரமாய் இருந்தவளுக்குப் பீடி வாங்கிவைப்பதில் மறதி ஏற்பட்டது. நடுவீட்டில் உறங்கிக் கொண்டிருந்த செல்வ-ராசு கண்விழித்ததும் தலைமாட்டில் தேடி பீடியில்லாததால் கோபமுற்றான்.

"மணிமேகலை நடுவீட்டில் படுத்திருந்தவனை வேகமாய் கடந்துபோகும் நேரத்-தில் செல்வராசு தன்காலை குறுக்கில் நீட்டி அவளின் கால்களைத் தட்டிவிட்டான். நிலைதடுமாறிய மணிமேகலை தன்மேலிட்ட வயிறு சரியாக நிலைப்படிக் கட்டை-யில் படிரென்று மோத திண்ணைப்பக்கம் தலையும், நடுவீட்டிற்குள் காலுமாக நிலையின் குறுக்கே விழுந்தாள். விழுந்த அதிர்வில் அவளுக்கு நிதானமில்லாமல் போய்விட்டது"[17]

என்பதில் செல்வராசுவின் கொடூரக்குணம் புலனாகிறது. காலையில் கண்வி-ழித்ததும் பீடிஇல்லை என்ற ஒரே காரணத்திற்காகத் தன்குழந்தையைச் சுமக்கும் மனைவியின்மீது சிறிதும் அன்பில்லாமல் தள்ளிவிட்ட கொடூரச்செயல் மூலம் ஆணாதிக்கத்தின் உச்சநிலையை காணமுடிகிறது.

`கண்ணகி' புதினத்தில் எட்டுமாதக்கர்ப்பிணியான கண்ணகி கூலிவேலைக்குச் சென்று முன்இரவில் பசியுடனும், சோர்வுடனும் வீட்டையடைந்தாள். சமைக்காமல் கணவனுடன் இரண்டாம் மனைவி சூடாமணியும் திரைப்படம் சென்றதை அறிந்-ததும், கோபம் கொண்டு நெல்லைக் குத்த ஆரம்பித்தாள். இருவரும் வந்தவுடன் கண்ணகி கோபத்தில் சொற்களை வீச சண்டை சச்சரவாகியது.

"கோபத்தோடு கண்ணகியிடம் பாய்ந்த ஆசைத்தம்பி நெல்குத்திக் கொண்டி-ருந்த அவளை நெட்டித்தள்ளி உலக்கையால் குத்தினான். உலக்கை குத்து வயிற்-றிலும் விழுந்ததில் துடித்துப்போனாள் கண்ணகி"[18]

மறுநாள் பிரசவமாகக் குழந்தை பிறந்து இறந்ததா? இறந்து பிறந்ததா? எனப் பெண்களால் கணிக்கமுடியாமல் போயிற்று. ஆசைத்தம்பியின் வன்முறையால் இருமுறையும் குழந்தைகள் இறந்தன.

கோபத்தால் தன்குழந்தைக்குத் தானே கூற்றுவனாக மாறி கருவை வதைத்துக் கொன்ற பாத்திரங்களாகவே செல்வராசுவும், ஆசைத்தம்பியும் சித்தரிக்கப்பட்டுள்-ளனர். கருவை வயிற்றிலே அடித்து வதைத்ததால் தாய்க்கும், சேய்க்கும் கொடுமை இழைத்தோம் என்ற குற்றவுணர்ச்சி இல்லாமல் ஆண்கள் செயல்படுகின்றனர்.

"கற்பழிப்பு என்பது வரலாற்று வழியாகக் காலங்காலமாக ஆணாதிக்கச் சமு-தாயத்தின் விளைவாக உள்ளது. ஆண், சமுதாயத்தின் சுதந்திரமான ஆணாதிக்கப் பிறவியாக இருந்தபடி, அதன் அதிகாரப் படிநிலையில் பெண் மீதான வன்முறை-யைக் கையாளுகிறான்"[19]

என்று இரயாகரன் கற்பழிப்புப் பற்றிக் குறிப்பிடுகிறார். ஆணின் பலவீனமான உடலாசையால் உண்டாகும் பாலியல் பலாத்காரம், பாலியல் வன்முறையாக சமூ-கத்தில் தொடர்ந்துவருகிறது. ஆண்கள் தங்களின் வன்முறைகளுக்குக் காரணங்க-ளாகப் பெண்ணின் உடலியற்கூறு, அழகு போன்றவற்றைக் காரணமாகக் கற்பித்துத் தப்பிக்க முற்படுகின்றனர். பெண்ணுடலைப் பலாத்காரம் செய்யும் ஆண் அவளின் உடற்கூற்றைக் காரணமாக்கித் தப்பிக்க முனைவது ஆண்மேலாதிக்கப் பண்பாடா-கிறது.

பெண்களை நுகர்வுப் பொருளாகக் கருதும் ஆணாதிக்கக் கண்ணோட்டமே பாலியல் வன்முறைக்கு வித்தாகிறது. வயதுமுதிர்ந்த ஆண் இளம்வயதுடைய பெண்ணின்மீது கொண்ட உடல்வேட்கையைத் தணித்துக் கொள்ளும் கொடூரம் சமூகத்தில் நிலவிவருவதைப் படைப்பாளர் `கீதாரி புதினத்தில் பதிவு செய்துள்ளார்.

ஊர்மதிப்பிற்காக சிவப்பியை வளர்ப்புக்குழந்தையாக வீட்டிற்கு அழைத்து வந்-ததோடு சாம்பசிவத்தின் கடமை முடிந்தது. சிவப்பி பொதிசுமக்கும் கழுதையாக இல்லப்பணிகளைச் சுமந்த நிலையிலும் சாம்பசிவத்தை தந்தையாகவும், அவர் மனைவிகளைத் தாயாகவுமே நினைத்தாள். சிறுமியாக இருந்த சிவப்பியின் உணவு, பணிச்சுமை, கல்வி போன்றவற்றைக் கவனிக்காத சாம்பசிவம் இளமைப்-பருவத்தை அடைந்த சிவப்பியின் உடலைமட்டும் உன்னிப்பாக கவனித்தார். குடி-போதையில் உடலின் வனப்பை வெறிக்கப் பார்க்கும் சாம்பசிவத்தின் பார்வை சிவப்பியை அச்சத்திற்குள்ளாக்கியது. தந்தையின் வன்புணர்ச்சியை,

"ஒருநாள் குடித்துவிட்டு வந்த சாம்பசிவம் `ஒந்தங்கச்சிய வளத்த சித்தப்பங்கா-ரனே, அந்தக்குட்டிய கட்டிக்கிட்டப்ப எடுத்து வளத்த நான் ஒன்னதொடக்கூடாதா' என்று சொல்லியபடி சிவப்பியை நெருங்கியிருக்கிறான்"[20]

எனும் சித்தரிப்பில் படைப்பாளர் புலப்படுத்துகிறார். 'முள்ளின்மீது சேலை விழுந்தாலும், சேலைமேல் முள்விழுந்தாலும் பாதிப்பு சேலைக்குத்தான்' என்ற

விதியைச் சமுதாயம் பெண்ணுக்குப் போதித்ததால் சிவப்பியே பாதிப்புக்குள்ளாகி தற்கொலை செய்து கொள்கிறாள்.

பாலியல் வன்முறையால் ஏற்படும் அவமானங்கள் பெண்ணை மட்டுமே சாரும் என்பதால் அவர்கள் ஒழுக்கம் தவறும் ஆண்களைப் புறவுலகிற்குச் சுட்டிகாட்டத் தயங்குகின்றனர். இந்நிலையை ஆண்கள் தங்களுக்குச் சாதகமாக பயன்படுத்திக் கொண்டு பாலியல் பலாத்காரத்தைச் செய்ய அஞ்சுவதில்லை என்பதையே படைப்-பாளர் பதிவு செய்துள்ளார்.

சிவப்பியின் உயிரிழப்பிற்குக் காரணமான சாம்பசிவம் செய்த தவறு புறவுல-கிற்குத் தெரிய வாய்ப்பில்லை. இதை உணர்ந்த கரிச்சாவின் சொற்களை ஏற்க யாரும் தயாராக இல்லை. உடன்பிறந்தவளுக்கு இறப்புச் செய்தியைச் சொல்லா-மல் விட்டது தவறு என்றுரைத்த பஞ்சாயத்தார் அதற்காக கூட அபராதமோ, தண்டனையோ விதிக்கவில்லை. ஒழுக்கப்பிறழ்வுகளில் ஊறிப்போன ஆண்களுக்கு சமுதாயம் தண்டனை அளிப்பதில்லை. மீறி தண்டனை அளிப்பினும் அது மிகக்-குறைவாகவே இருப்பதால் ஆண்களின் வக்கிரப்புத்தியில் எவ்விதமாற்றமும் ஏற்ப-டுவதில்லை.

'கண்ணகி' புதினத்தில் ஆசைத்தம்பி, திவ்யநாதனின் சுயநலப்போக்கையும், பாலியல் வெறியையும் உணர்ந்து கொண்ட கண்ணகி வீட்டுவேலைக்காக சிங்கப்பூர் சென்றாள். மகப்பேற்றினால் உடல்நிலை பாதித்த கண்ணகியை முதலாளி அன்-சாரே கவனித்துக் கொண்டான். உடல்தேறிய நிலையில் வீட்டுவேலைகளைச் செய்ய தொடங்கினாள். தன்னைக் கவனிக்காத கண்ணகியின்மீது கோபம் கொண்ட அன்சார் நேரடியாகவே பேசமுற்பட்டான்.

"கல்யாணம் ஆகாத பொண்ணுங்கள கொண்டுவந்து வச்சிக்கிட்டு ஒண்ணு ஒண்ணா சொல்லிக்குடுத்து பழக்கி நம்மவழிக்குக் கொண்டு வர்றது செரமமுன்-னுதான் கல்யாணம் ஆன ஒன்னத் தேர்ந்தெடுத்தன். நீ ஏற்கனவே புருசங்கூட வாழ்ந்தவ. புள்ள பெத்தவ. ஒனக்கு எதுவும் நான் சொல்லித்தர வேண்டியதில்-லன்னு நெனச்சா என்னோட பொறுமய நீ ரொம்பவே சோதிக்கற"[21] என்றவன் அவளை அடித்து, அறைக்குள் போட்டு பூட்டி தண்ணீர், உணவில்லாமல் துன்பு-றுத்தினான். உயிர்பிழைக்கச் சொட்டுதண்ணீர் இருந்தால் போதுமென்ற நிலையில் அன்சார் சமாதானமாகப் பேச வேறுவழியில்லாமல் அவன் ஆசைக்கு இணங்கி-னாள்.

மொழி அறியாத தேசத்தில் உற்றார், உறவினர் இல்லாத இடத்தில் தனித்து வீட்டுவேலைக்கு வந்த கண்ணகியை அன்சார் தன்வழிக்குக் கொண்டுவர வன்மு-றையைக் கையாள்கிறான். பசித்துன்பத்திலும், தண்ணீர் தாகத்திலும் துடித்தவளிடம் நயமாகப் பேசி தன்வாழ்விற்கானத் துணையாக மாற்றிக் கொள்கிறான். ஆணின் பலவீனமான உடலாசையால் பெண்கள் பாலியல் கொடுமைகளுக்கு ஆளாகின்-

ரனர். இத்தகைய பாலியல் வன்கொடுமையைச் சிவப்பி, கண்ணகி கதாப்பாத்தி-ரங்கள் வெளிப்படுத்துகின்றன.

1.2.2. மனதைப்பாதிக்கும்வன்முறைகள்

ஆண்களின் ஆதிக்கவுணர்வு, அடக்குமுறையால் பெண்களின் மனம் பெரிதும் பாதிப்படைகின்றது. ஆண்களின் பழிதூற்றலால் பெண்கள் மனவிரத்திக்கு ஆளா-கின்றனர். புதினப் பெண் பாத்திரங்களின் மனதைப் பாதிக்கும் வன்முறைகளைக் கடுஞ்சொற்கள், ஆதாயம் தேடுதல் என இருவகையாக நோக்கலாம்.

"தீயினால் சுட்டபுண் உள்ளாறும் ஆறாதே

நாவினால் சுட்டவடு"[22]

என்ற வள்ளுவரின் கருத்துப்படி கணவனின் கடுஞ்சொற்கள் மனைவியின் மனதில் நீங்காத வடுக்களை ஏற்படுத்துகின்றன. குடும்ப அமைப்பில் கணவன் மதிப்பில் குறைந்த மனைவியை உடைமைப்பொருளாகக் கருதி அதிகாரத்தைச் செலுத்துகிறான். கணவன் செய்யும் கொடுமையாலும், கணவனைச் சார்ந்த இல்ல அங்கத்தினரின் இழிவான பேச்சுக்களாலும், பழிச்சொற்களாலும் பெண்கள் வன்-முறைக்கு உட்படுத்தப்படுகின்றனர்.

'கற்றாழை' புதினத்தில் மணிமேகலையைத் திருவிழாவிற்கு அழைத்துச் சென்ற செல்வராசு சித்திரவள்ளியிடம் சிரித்துப் பேசி மகிழ்கிறான். இதைக்கண்ட மணிமே-கலை அருகில்வர, அவளைக் கட்டாயப்படுத்தி ஒருகடையின் பின்கட்டில் தங்கு-மாறு ஆணையிட்டுச் செல்கிறான். கணவனின் பேச்சைமீறி வீட்டிற்குச் சென்றால் ஏற்படும் பிரச்சினையைக் கருதி சுயபச்சாதாபத்தில் அழுதவளாக உறங்குகிறாள். மறுநாள் காலையில் மணிமேகலை வீட்டிற்குவர மாமனார் பணத்தைக் காணாத-தற்கும், மாமியார் இரவு முழுவதும் வீட்டிற்கு வராததற்கும் மருமகளைக் காரண-மாக்கி இகழ்ந்துரைத்துக் கொண்டிருந்தனர். செல்வராசு, தன்னைப் பாதுகாத்துக் கொள்ள, தன்திருட்டை மறைக்க பழிச்சொல் எனும் சூழ்ச்சியைக் கையாள்கிறான்.

"விடிஞ்சதுகொட தெரியாம எவங்கொடடி படுத்துக் கெடந்துட்டு வாற?

இப்படி கேக்குறியளே, நீங்க நல்லாருப்பியளா? என்றாள் மணிமேகலை. அவ்-வளவுதான் அடி, உதை தாங்கமுடியாமல் சுருண்டு விழுந்தாள்"[23]

என்பதில் ஆணாதிக்கம் தன்தவறு வெளிப்பட்டு விடுமோ? என்ற அச்சத்தில் மனைவியை அடித்து, சந்தேகத்திற்கு உட்படுத்தி, பழிச்சொல்லைப் பயன்படுத்தி, அடக்கியாளும் தந்திரத்தைக் கையாள்வது புலனாகிறது.

செல்வராசு இரண்டாம் மனைவி இந்திரா கர்ப்பமாக உள்ளதால் அவளுக்குப் பணிவிடைகள் செய்ய மணிமேகலையை அழைக்கிறான். அவள் மறுத்தவளாக, மன ஆறுதல் தேடி ஊர் எல்லையில் சிறிதுநேரம் அமர்ந்து வீடுதிரும்புகிறாள். அடிபட்ட மிருகத்தை ஒத்த செல்வராசுவின் கோபம் திண்ணையில் அமர்ந்திருந்த மணிமேகலையைக் கண்டவுடன் பலமடங்கானது.

"தட்டுவாணி முண்ட எங்கடி பெயிட்டு வாற?' எந்தக் கள்ளபுருசன் ஒட்டுக்குடி பெயிட்டு வந்த"[24]

என்று சுடுசொற்களைப் பேசியவாறு தலைமுடியைப் பிடித்து உலுக்க உயிரற்ற பொம்மையைப் போல் அவள் உடல் ஆடியது. வீதியில் நின்று தன்மனைவியைத் தானே அசிங்கப்படுத்துகிறோம் என்ற உணர்வில்லாமல் மிருகத்தை ஒத்தவனாக நடக்கிறான். அண்டைவீட்டுப் பெண் மணிமேகலைக்காகப் பரிந்துபேச, செல்வராசு தன் இரண்டாம் வாழ்க்கையை மறைத்து ஆசையாகக் குடித்தனம் செய்ய அழைத்தால் வரமறுப்பதாகக் கூறுகிறான். உத்தமி என்றால் உடன்வரவேண்டும் என்றவனிடம், அவன் உத்தமனாக இருக்கவேண்டுமென வரமறுத்தாள். அதற்கு தன் நண்பனோடு மனைவியை இணைத்து தகாதசொற்களைக் கையாண்டான். மணிமேகலை தலைகுனிந்து பின்தொடர செல்வராசு நினைத்ததைச் சாதித்த வெற்றியில் முன்நடந்தான்.

கணவன் செய்த தவறினை, விளைவினை, பலவீனத்தைத் தோலுரித்துக் காட்டும் மனைவியின்மீது பக்குவப்படாத ஆண் தன் இயலாமையை மறைக்க மனைவியை அடித்தும், கடுஞ்சொற்கள் உரைத்தும் வதைக்கிறான். முடிவில் மனைவியை அடிமைப்படுத்தியதாகப் பெருமிதம் கொள்வது வேதனைக்குரியது.

குடும்பம் என்ற கட்டுக்குள்ளேயே அடங்கி வாழும் பெண்கள் சற்றே சிறகுமுளைத்து பறக்கலாமா? என்று சிந்திக்கும்போது சிறகுகள் சின்னாபின்னமாக்கப்பட்டு கூட்டிற்குள்ளேயே முடக்கி வைக்கப்படுகின்றனர். தன்னை உயிரி என்று நிரூபிக்க முற்படும் பெண்மீது பாலியல்நடத்தையில் பிறழ்வு கற்பித்து அடக்கும் தந்திரத்தைக் கையாள்கிறது ஆணாதிக்கச் சமுதாயம்.

"எங்கே அடித்தால் அவள் விழுவாள் என்ற
ரகசியமெல்லாம் உங்களுக்குத்தானே தெரியும்,
அன்றிலிருந்து அவளை அடக்குவதற்கென்றே
உங்கள் கைவசம் அற்புதமாய் பல
ஆயுதங்கள் உண்டல்லவா! அதில் ஒன்று போதுமே
அவளை வீழ்த்தி உங்கள்
ஆதிக்கத்தை நிலைநிறுத்த"[25]

என்ற கவிஞர் வித்யாவின் ``சுதந்திர அடிமைகள்' கவிதை அடிகள் இங்கு ஒப்புநோக்கத்தக்கது.

'மாணிக்கம்' புதினத்தில் காதலியின் மரணத்தால் மனமொடிந்த கணவன் ஒருவருடமாக வீட்டிற்கு வராதநிலையில் மாமியாரின் ஆதரவில்லாமல் செல்லாயி இருகுழந்தைகளைக் கவனித்தவளாக வாழ்கிறாள். செல்லாயியின் தந்தை வீட்டிற்கு அருகிலுள்ள ரொட்டிக்காரன் குழந்தைகளுக்கு ரொட்டி தருவதைக் கண்ட மாமியார், மருமகளைத் துரத்த திட்டமிட்டவளாகத் தவறான உறவு எனப் பழி-

யுரைத்தாள். ஊருக்கு வந்த மகனிடமும் மருமகளின் நடத்தையில் பழிகூற அவனும்,

"புருசங்காரன் ஹூட்லயில்லன்னா ஹூருமேயிற ஆசை வந்துருமா? த்தூ.... நீயெல்லாம் ஒரு பொம்புளயா"[26]

என இழிவாகப் பேசுகிறான். மனைவியின் மீது நம்பிக்கையில்லாத தன்மைகொண்ட கணவனின் வக்கிரப்புத்தியைப் படைப்பாளர் வெளிப்படுத்துகிறார்.

ஆடவனின் இயல்புகளாக பெருமை, வலிமையைக் குறிப்பிடும் தொல்காப்பியர் பெண்ணின் இயல்புகளாக அச்சம், மடம், நாணத்தை வரையறுத்துள்ளார். இதனடிப்படையில் ஆண் பெருமையோடு உயர, பெண் அச்சத்திற்குரியவளாகவும், அழகுடையவளாகவும், மென்மையானவளாகவும், செயல் திறனற்றவளாகவும் உருவாக்கப்பட்டு தாழ்ந்து போகிறாள்.

"குடும்ப அமைப்பில் அடங்கிக் கிடக்கும் பெண் சமூகத்தை அணுக அவளுக்குக் கணவன் என்ற துணை தேவைப்பட்டது. அச்சார்பு அவளைச் சுயசிந்தனை இல்லாதவளாக, ஆடவன் கைப்பாவையாக உருவாக்குவதற்குத் துணைபோயிற்று"[27]

என்று இரா.பிரேமா குறிப்பிட்டுள்ளபடி 'நீ மெல்லியவள். தனித்துச் செயல்பட இயலாது' என்ற அறிவுரைகளைக் கேட்டு வளர்ந்த பெண்கள் 'வாழ்க்கை இத்தகையதே' எனக் கருதி அடங்கிச் செல்வதையே விரும்பும் நிலைக்குத் தள்ளப்படுகின்றனர். கருத்துருவாக்கத்தில் சிக்கி வளர்க்கப்படும் பெண்கள் விழிப்புணர்ச்சி அடைந்து குடும்பரீதியாகப் பேசமுற்படினும் ஆணாதிக்கம் அவர்களை அடக்கியாள்கிறது என்பதையே சு.தமிழ்ச்செல்வியின் புதினங்கள் வெளிப்படுத்துகின்றன.

மனைவிக்குப் பேச்சுரிமையை மறுத்து, பயமுறுத்தி, அடக்கும் வன்முறை 'மாணிக்கம்' புதினத்தில் இடம்பெறுகிறது. கணவன் செய்யும் தொழில் குறித்து செல்லாயி கேட்க, 'கேள்வியைக் கேட்டு அடிவாங்கி சாகாதே, பேசாமல் இரு, இல்லையெனில் தந்தை வீட்டுக்குச் செல்' என மிரட்டுகிறான். குடும்பத்தலைவியான மனைவிக்குக் கணவன் செய்யும் பணி குறித்து அறிந்துகொள்ளக்கூட அனுமதியில்லாத நிலை பட்டவர்த்தனமாகிறது.

பத்துத்திங்களாக வயிற்றில் சுமந்து பெற்றெடுத்த தாய்க்கு மகளின் எதிர்காலவாழ்வு பற்றி முடிவெடுக்க உரிமையில்லாமல் கணவனுக்கு அடிபணிந்து போகும் பெண்ணாக 'கற்றாழை' புதினத்தில் பாக்கியம் படைக்கப்பட்டிருக்கிறாள். மதுமயக்கத்தில் சண்முகம் மறுநாள் மகளைப் பெண்பார்க்க வருவதைப் பாக்கியத்திடம் கூறுகிறான். மணமகனைப் பற்றி அறிந்தவுடன் இந்த ஊர் சம்பந்தம் வேண்டாம் என அவள்மறுக்கிறாள். அதற்கு,

'"ஏய்... பாக்கியம் இஞ்ச பாருடி. ஓம் பொட்ட நாட்டாமயெல்லாம் யாங்கிட்ட செல்லாது. நாஞ் சொன்னா சொன்னதுதான்"[28]

என்று இழிவாகப் பேசுகிறான். திருமணமாகி இருபதுவருடங்களுக்கு மேல் குடும்பம் நடத்திய பாக்கியத்திற்கு தன்மகள் வாழ்விற்காகத் தன்கருத்தை எடுத்து-ரைக்க உரிமையில்லை.

கணவனின் கடுஞ்சொற்களுக்கு அஞ்சியவராக வாய்திறக்காத ஊமையாக, கணவனின் ஆதிக்கவுணர்விற்குக் கட்டுப்பட்டவர்களாகவே பெண்கள் இருப்பதை அறியமுடிகிறது. ஆண் விரும்பிய கைப்பொருளாக, பதுமையாக, பெண்ணுடலும், மனமும் அமைவதால் குடும்பத்தில் வன்முறை தொடர்கிறது. ஆணின் வக்கிரப்-புத்தியையும், தவறையும் கண்டிக்கத்துணியும் பெண்ணின் பாலியல் நடத்தையில் ஆண் பழிசுமத்தி மனதைப் பாதிக்கும் வன்முறையை மேற்கொள்வது தெளிவுறுகி-றது.

திருமணப்பந்தத்தில் பெண்ணின் மூலமாக ஆதாயம் தேடும் ஆணின் புத்-தியைக் 'கற்றாழை' புதினம் இனம்காட்டுகிறது. செல்வராசு ஆதரவற்ற அம்-புசத்துடன் இருவருடங்களாகப் பழகிவருவதை அறிந்தும் பெற்றோர் மணிமேக-லையைத் திருமணத்திற்காக நிச்சயித்தனர். 'அம்புசத்தைத் திருமணம் செய்தால் தந்தை சொத்துத்தரமாட்டார். உழைத்து உண்ணும்நிலை ஏற்படும்' என்ற நண்-பனின் அறிவுரையைக் கேட்ட செல்வராசு அம்புசத்துடன் திருமணம் செய்யாம-லேயே உறவைத் தொடர்வதாக முடிவெடுத்தான். மணிமேகலையைப் பெண்பார்க்-கச் செல்லவேண்டுமெனில் பத்திரத்தில் கையெழுத்துப்போட்டாக வேண்டுமெனப் பயமுறுத்தி பெற்றோரிடமிருந்த சொத்தைத் தன்பெயருக்கு மாற்றிக் கொண்டான்.

"அம்புசத்துக்கு கைகாலு அழுக்கிவுட, இடுப்பு புடிச்சிவுட எப்படி இருந்தாத்-தான் என்ன"[29]

என்று செல்வராசு தன் மனைவியாகும் பெண்ணின் நிலையை உரைக்கிறான். செல்வராசு உழைக்காமல் ஊதாரித்தனமாகச் செலவழிக்க சொத்து தேவை என்ற ஆதாயத்திற்காகத் தான் விரும்பிய அம்புசத்துடன், மணிமேகலையின் வாழ்க்கை-யையும் சீரழிக்கிறான்.

1.3. பணிப்பகிர்வும்உழைப்பும்

குடும்பத்தின் தலைவன், தலைவி என்னும் பதவிகளை ஏற்ற ஆணும், பெண்-ணும் குடும்ப வாழ்வில் தங்கள் பணிகளை உணர்ந்து செயல்படுதல் இன்றியமை-யாதது. ஆண் தன் பொறுப்புகளை உணராமல் குடும்பத்திலிருந்து விலகுவதால் முழுக்குடும்பத்தையும் பெண் சுமக்கவேண்டிய சூழலுக்குத் தள்ளப்படுகிறாள்.

முற்காலத்தில் ஒரு ஆண் பாடுபட்டு உழைத்து பொருள் ஈட்டிவர, பெண் இல்-லப்பணிகளைச் செவ்வனே செய்து வந்தாள். பின்பு ஆணுக்கு உதவும்பொருட்டு பெண் சமூகத்திலும் பணியாற்றிப் பொருளீட்டினாள். ஒரு சில ஆண்கள் பெண்-ணின் உழைப்பைப் பயன்படுத்திக் கொண்டு குடும்பப் பொறுப்பிலிருந்து விலக, குடும்பபாரத்தைத் தனியாளாக நின்று பெண் மட்டுமே சுமக்க வேண்டிய சூழலுக்-

குத் தள்ளப்பட்டாள். குடும்பச்சுமையைச் சுமக்கும் புதின பெண்பாத்திரங்கள் தாய்ப் பணிப்பகிர்வு, மனைவி பணிப்பகிர்வு, மருமகள் பணிப்பகிர்வு எனும் மூன்று உறவுகளின் வாயிலாக உழைப்பை மேற்கொள்கின்றனர்.

1.3.1. தாய்ப் பணிப்பகிர்வு

"தாய் குழந்தையை வளர்ப்பதில் ஆர்வம் கொள்கிறாள். பிறந்த குழந்தையின் ஆளுமை உருவாக்கச் செயல்பாட்டின்வழி தன் பங்களிப்பைச் செலுத்தித் தன்னை அறிமுகப்படுத்திக் கொள்கிறாள். பழைய பண்பாட்டு விழுமியங்களை பாதுகாக்கிறாள். புதிய தலைமுறையை உருவாக்குகிறாள்"[30]

என்பதன்படி பெண் தாயாக இருப்பதால்தான் குடும்பத்தின் இரண்டாம் தலைமுறை பாதுகாக்கப்படுகிறது. முன்னேற்றப்பாதையை நோக்கிச் செல்கிறது. குடும்பத்தில் கணவனின் ஆதரவு உள்ள நிலையிலும், ஆதரவற்ற நிலையிலும் குழந்தைகளைக் கவனித்துக் கொள்ளும் பணியையும், உழைப்பையும் பெண்களே ஏற்றுக்கொள்வதைப் படைப்பாளரின் கண்ணகி, அளம், கற்றாழை புதினங்களில் காணமுடிகின்றது. தாயின் பணிப்பகிர்வுகளைப் பெண் குழந்தை வளர்ப்பில் தாயின் பணிப்பகிர்வு, கணவனின் விலகலில் தாயின் பணிச்சுமை என்ற அடிப்படையில் காணலாம்.

சமுதாயத்தில் ஆண்களின் வக்கிரப்பார்வையிலிருந்து மகளைப் பாதுகாக்கவேண்டிய பொறுப்பு, தாயுடையதாக இருப்பதை கண்ணகி புதினம் எடுத்துரைக்கிறது. இளமைப் பருவமுற்ற கண்ணகி இல்லத்தின் புறமாய் அமைந்த தொழுவத்தில் உள்ள மாடுகளைப் பராமரிக்க ஆண்களின் தவறான பார்வை விழுகிறது. இதைக்கவனித்த கசந்தாமணி மகளின் பாதுகாப்புக் கருதி தன் தந்தைவீட்டிற்கு அனுப்ப முடிவெடுக்கிறாள்.

"இங்க பாரு ஒம்மவள இங்க வச்சிருந்து பொழுதுக்கும் என்னால நாய் ஓட்டமுடியாது. எங்க அப்பன் ஹூட்ல கொண்ட வுட்டுடலாமுன்னு நெனக்கிறேன்"[31] என்று கணவனிடம் கூறுவதில் தாயின் அச்சம் வெளிப்படுகிறது. கசந்தாமணி மகளின் வளர்ச்சியைக் கண்டு மகிழ்வதைவிட பாதுகாப்பதை முக்கியமாகக் கருதுகிறாள். குடும்பப்பணி, பொருளாதாரத்தில் கவனம் செலுத்தினும் மகளின் பாதுகாப்பில் அக்கறை காட்டுபவளாக, தாய்ப் பணிப்பகிர்வில் ஈடுபடுபவளாக சித்தரிக்கப்பட்டிருக்கிறாள்.

பெண்களுக்கேயுரிய தாய்மைப்பண்பு தலைசிறந்தது. ஒரு பெண் தன்னுடைய தாய், தந்தை, உடன்பிறந்தோரை விடுத்து கணவனின் கரம்பிடிக்கிறாள். தனக்குள் கணவனையும், அவன் குடும்பத்தாரையும் உறவுகள் என மனமுவந்து ஏற்றுக்கொண்டாலும் தாய் எனும் மகத்தான உறவுக்கே முக்கியத்துவம் அளிக்கிறாள். குழந்தையின் உலகில் சஞ்சரிக்கும் பெண் கணவனின் துணையில்லாதநிலையில் அவனுக்கான பங்கையும் சுமந்தவளாகக் குழந்தையின் நலனுக்காகவே போராடுகி

றாள்.

'கற்றாழை' புதினத்தில் மணிமேகலை பெண் கல்வி அவசியம் என்பதை உணர்ந்து செயல்படலானாள். சத்யாவைப் பள்ளியில் சேர்க்க பணம் ஈட்டுவதற்காக கருவைமுள் வெட்டத் தயாரானாள். ராமநாட்டு ஆண்கள் விரைவாக வெட்டிக்குவித்திருக்கும் முட்களை இவர்கள் வாகாய் கழித்து அடுக்கி வைக்கவேண்டும். புதியவேலை என்பதால் முட்கள் கைகளையும், நகங்களையும், நன்றாக பதம் பார்த்திருந்தது. வேலைப்பளுவினாலும், உடல்வலியாலும் இரவு தூங்கவியலாத பெண்கள் வலியைப் பொறுத்துக்கொண்டு மூன்றாவது நாளாக பணிக்குச் சென்றனர். அவர்களிடம்,

"பள்ளிக்கொடம் ஆரம்பிக்க இன்னம் பத்துநாளு கொட இல்ல. சத்தியாவ வேற பள்ளிக்கொடத்துல சேக்கணும். அந்த பள்ளிக் கொடத்துக்கு தகுந்தமேரி பாவாடசட்ட தைக்கணும், நோட்டு புத்தகம், பேனா, பென்சிலுன்னு எவ்வளவு செலவு இருக்கு தெரியுமா.... அதான் நாலு நாளைக்குப் போயி வெட்டுனமுன்னாக்க கையில் கெடக்கிற காச வச்சிக்கிட்டு முடிஞ்சதாச் செய்யலாமுல்ல"[32]

என்றதில் மகளுக்காகப் பாடுபடும் தாயன்பும், உழைப்பும் வெளிப்படுகிறது.

'அளம்' புதினத்தில் அயல்நாட்டிற்குச் சென்ற கணவன் மீளாத நிலையில் ஊரில் கிடைத்த வேலைகளைச் செய்தவாறு சுந்தராம்பாள் மூன்றுபெண் குழந்தைகளையும் வளர்த்துவந்தாள். புயல், வெள்ளத்தினால் ஊரில் விவசாயவேலை குறைய சுந்தராம்பாள் உப்பளப்பணிக்குச் செல்ல எண்ணினாள். வடிவு அதன் சிரமம்கருதி தடுக்க ஊரில் எத்தகைய விவசாயவேலைகளாக இருப்பினும் சுந்தராம்பாளும், மகள்களும் ஓடியாடிச் செய்தனர். ஒருநாள் மூத்தமகள்கள் இருவருக்கு மட்டும் வேலைகிடைக்க சுந்தராம்பாள் அஞ்சலையை அழைத்துக்கொண்டு கோடியக்காட்டில் உள்ள பாலாப்பழம் பறிக்கச் சென்றாள். அங்கு மரங்களில் உள்ள எறும்புகள் கண், முகம், உடல் முழுவதும் கடித்து துன்புறுத்திய போதிலும் பழங்களை பறித்துக் கொண்டு வீடுவந்தாள். உடல்முழுவதும் தடித்து, கண்சிவந்து துன்புற்ற தாயினைக் கண்டு மகள்கள் மனம்துடித்தனர். விடியற்காலையில் எழுந்த சுந்தராம்பாள் அண்டை ஊர்களில் பழங்களை விற்க பணமும், பண்டமாற்று முறையில் தானியங்களும் கிடைத்தன.

"கண்ணுமுழியில கடிபட்டு ஒத்திரியப்பட்டாலுங்கொட பாலாப்பழம் வித்தத்துல கொஞ்சம் காசியும் ரெண்டுநாளு கஞ்சிக்கும் கெடச்சிட்டுதே"[33] என நிம்மதியடைவதில் தாயின் பணிப்பகிர்வு புலனாகின்றது. கணவனின் விலகலில் தாய் தன் மகள்களை வளர்க்க, அவர்களுக்கு வாழ்க்கையை அமைத்துத்தர உழைப்பு மட்டுமே உறுதுணையாக இருக்கிறது. குழந்தைப் பராமரிப்பில் ஈடுபடும் தாய் பல்வேறு இன்னல்களுக்குட்பட்டு மகளின் பசிபோக்குதல், கல்வி, திருமணம் எனக் குழந்தைகளின் வளர்ச்சிக்காகப் பாடுபடுகின்றாள் என்பது தெளிவுறுகிறது.

1.3.2. மனைவிபணிப்பகிர்வு

மனைவி உறவில் கூடுதல் பணிப்பகிர்வைச் சுமக்கும் பெண் பாலியல்ரீதியாகவும், உழைப்பின் மூலமாகவும் கணவனுக்கு மகிழ்ச்சியளிக்கிறாள். மனைவியின் செயல்கள் கணவனைச் சார்ந்ததாகவும், குடும்பத்தினருக்குப் பணிவிடைகள் செய்வதுமாக அமைகிறது.

"வேலை செய்கின்ற உலகினின்றும் தப்பித்துக் கொள்ள, குடும்பத்தை ஒரு தளமாகக் கொண்டும், வசதி, சுகம், பாதுகாப்பு, அன்பான அரவணைப்பு ஆகியவற்றை மனைவி, பெண்கள், சகோதரிகளிடமிருந்து ஆண்கள் எதிர்பார்க்கின்றனர். வேலைசெய்யும் உலகுக்கு முற்றும் மாறானதாக இது சித்தரிக்கப்படுகிறது. ஆகவே, பெண்களுக்கு ஏற்கனவே அறிந்ததுபோல குடும்பப் பொறுப்பு மிகப்பெரிய வேலை செய்யும் களமாக அமைகிறது"34 என்ற கருத்தின்படி மனைவியின் சுமை அதிகரிக்கிறது.

'அளம்' புதினத்தில் குழந்தையைப் பிரசவித்த சுந்தராம்பாள் விடிவதற்கு முன்பே எழுந்து, மாசிமாதப்பனியையும் பொருட்படுத்தாமல் வீட்டு வேலைகள், மாட்டுக்கட்டுத்தறி வேலைகளைச் செய்தாள். ஒருமாதக்குழந்தை எழுந்துவிட்டால் வேலை தடைப்படும் என பம்பரமாய் சுழன்றாள். அப்போது சுப்பையன் சந்தையில் காளைமாட்டை விற்றுவருவதாக உரைத்ததும், சொத்தாகக் கருதும் மாடுகளை இழந்தபிறகு என்ன செய்வது? என இகழ்ந்துரைத்தாள்.

"வேலக்கிப் போயி சம்பாரிக்க வக்குல்ல. ஈட்டுல உள்ளத்தயெல்லாம் வித்துப் பொறுக்கித் திங்கறதுக்கு அலயிறியே? நீயெல்லாம் ஒரு ஆம்புலயா... என்னால முடிஞ்சவரக்கும் பொம்புலியா சம்பாரிச்சி கொண்டாந்து போட்டு ஒன்ன திங்கடிச்சனே. ஓம் ஓடம்பு பெருத்து என்னத்துக்கு ஆச்சி? புள்ளபெத்த நேரத்திலயாவது நீ வேலவெட்டிக்கிப் போவக் கொடாது "35 என்றவளின் சொற்களில் பெண்ணின் குடும்பச்சுமை வெளிப்படுகிறது. வேலைக்குச் செல்லாமல் மனைவியின் உழைப்பில் உணவுண்டு உடலை வளர்க்கும் கணவனைப் படைப்பாளர் இங்கு சாடுகிறார். மனைவி குடும்பப் பொருளாதாரத்தில் பங்குகொள்ள உடலை வருத்தி உழைக்கத் தயங்குவதில்லை என்பதை 'மாணிக்கம்' புதினத்தில் காணமுடிகிறது. கதிரறுக்கும் போது அரிவாள் கையைப் பதம்பார்த்து இரத்தம் வந்தாலும் சேற்றையும், சுண்ணாம்பையும் வைத்துக் கட்டியவளாக நாள்தவறாமல் செல்லாயி பணிக்குச் செல்வாள். குளிர், வெப்பம் எனப் பாராமல் செல்லாயி உழைத்த கூலிநெல்லைத் தொம்பைக் கூட்டில் சேமித்துவைப்பாள். இதைக் காணும் மாணிக்கம் மிதிவண்டிக்குப் பழுதுபார்க்கும் காரணத்தை முன்னிறுத்தி மீன் விற்றுவரும் பணத்தில் மிதிவண்டிக்கடைக்குப் பாதியும், மதுக்கடையில் மீதியுமாக செலவழிப்பான். வீட்டிற்குப் பணம் தராமல் மனைவியின் உழைப்பைச் சுரண்டுவதாக இப்பாத்திரம் அமைந்துள்ளது.

பெண்ணின் உடல் உழைப்பைப் பாலின அடிப்படையில் பிரித்து ஆணாதிக்கம் பெண்ணைச் சார்புநிலையில் நிறுத்தி வந்துள்ளதையே இப்புதினங்கள் எடுத்துக்-காட்டுகின்றன. பெண் ஒரு மனிதஉயிர் என்பதை விடுத்து குழந்தை பிரசவிக்-கும் இயந்திரமாகவும், குடும்பச்சுமையைச் சுமக்கும் பொதிமாடாகவும், கணவனின் ஆசைகளை நிறைவேற்றும் அடிமையாகவும் நடத்துவது வேதனைக்குரியது.

1.3.3. மருமகள்பணிப்பகிர்வு

கணவனின் பொறுப்பின்மையால் ஒரு பெண் தாய், மனைவி பணியோடு மருமகளின் பொறுப்பையும் சுமக்கநேரிடுகிறது. 'கண்ணகி' புதினத்தில் மாமனார், மாமியார், நாத்தனார், கொழுந்தனார் இருவர் எனத் தன்னோடு சேர்த்து ஆறு-நபர்களின் பசியைப்போக்க திருடுவதில் தவறில்லை எனக் கண்ணகி முடிவெடுத்-தாள். ஊரின் அக்கரைக்குச் சென்று இருளால் மனதில் தோன்றிய பயத்தைப் பொருட்படுத்தாமல் கம்மங்கருதுகளை உருவி எடுத்துவந்தாள். பசியினால் தூங்கா-மல் புரண்டு கொண்டிருந்த நாகம்மாள் உரலை உருட்டும் சத்தம்கேட்டு விழித்து உண்மையைக் கேட்டு அறிந்து கொண்டாள். பசியைப் பொறுத்துக் கொள்ளமாட்-டாயா? இரவில் இது அவசியமா? எனக் கடிந்துக்கொண்டாள்.

"எனக்காவயா நான் இந்த நேரத்துல அக்கரவெளி பொயிட்டு வந்தன். சின்ன புள்ளவொளாது பரவால்ல . பசிமயக்கத்துலயே கூட சுருண்டு கெடந்துருங்க. ஒங்க ரெண்டுபேரு கெழக்கொடலும் கெடந்துருமா? கீழே வுழுந்தா கெடகுடுக்-குமா? கெண்டை ஏறாது? பாதி ராத்திரியில கால உருவிவுடுடி கைய உருவிவுடு-டின்னு கத்தம் போடுவீங்க, ரெண்டு பேரும்"36

என்ற கண்ணகியின் சொற்களில் மாமியார் மகிழ்ச்சியடைந்தாள். கணவன் இரண்டாம் மனைவியோடு ஊர்சுற்றி வீட்டைக் கவனிக்காத நிலையில் கண்ணகி குடும்பத்தின் வறுமையைப் போக்க முனைந்தாள்.

'கற்றாழை' புதினத்தில் குடும்பச்சுமையை ஏற்ற மணிமேகலை கார்கோட்டகநி-லத்தைச் சீர்செய்யத் தொடங்கினாள். ஒவ்வொரு கருவைக் குத்தடியாக வெட்டிக்-கழித்து, கடப்பாரையில் தோண்டி, வேர்பறித்து அழித்தாள். மாமனாரிடம் கெஞ்சி உழவுஆள்வைத்து உழவோட்டி விதைநெல் வாங்கிவந்து மானாவாரியில் நாற்று விதைத்தாள். இந்த நடவு மற்ற வேலைகளைப் போல எளிதில்லை. தாழ்-வான பகுதி என்பதால் ஆற்றில் தண்ணீர் வந்துவிட்டால் வாய்க்கால் போல நீர் நிறைந்துவிடும். வரப்பும் கட்டவியலாது. நட்புக்காக வந்த பெண்களும் இக்கடின-மான வேலை எதற்கு? என்றதும் மணிமேகலை தன் உழைப்பு குடும்பத்தினருக்கு உணவாகுவதைக் குறிப்பிடுகிறாள்.

"நீந்தான் சோறு போடுறியாக்கா எல்லாருக்கும்.ஆமா.வேறஎன்ன பண்ணுற? மாமனாரால ஆட்டவுட்டு வெளிக்கெளம்ப முடியல. கண்ணுபுரியாம பெயிட்டு, மாமியாளுக்குந்தான் கொட எறங்கிப் போயி நடக்கமுடியலங்குறாவொ... மச்சாந்-

தான் மைனராச்சே, பல்லு நோகாம மென்னு முழுங்கனுங்குறவ்வொ. அப்பறம் நாங் ஒடிக்கெடந்து ஒழச்சாத்தான வண்டி ஒடும்"[37] என்ற மணிமேகலையின் சொற்களில் மருமகளாய் அவள் ஏற்றுக்கொண்ட பணிப்பகிர்வை உணர்ந்து கொள்ளமுடிகிறது. கணவன் தன்பாரத்தை மனைவியின் மீது சுமத்திவிட்டு சுதந்தி-ரமாகத் திரிய முழுகுடும்பப்பொறுப்பையும் மனைவி சுமப்பவளாக மாறுகிறாள். ஒரு தாயாக, மனைவியாக, மருமகளாகக் கடமைகளைச் செய்ய பாடுபட்டு உழைக்கி-றாள். இந்த உழைப்பின் அருமையை உணராத ஆதிக்கவுணர்வுடைய ஆண்கள் பெண்களைத் துன்புறுத்துவது கண்டிப்பிற்குரியது.

1.4. நெறிபிறழ்வும்நிராகரிப்பும்

மனிதவாழ்வின் திருப்புமுனையே திருமணம். குடும்பவாழ்வில் கணவனும் மனைவியும் நிகரெனக் கருதி அனுசரித்துச் செல்லுதல் அவசியம். சமத்துவம், மனிதநேயம், அன்பு பரிமாற்றம், ஒருவரை ஒருவர் மதித்தல், நம்பிக்கை கொள்-ளுதல் போன்றவை இருப்பின் குடும்பவாழ்வு இனிமை பயக்கும். இதைத் தகர்த்து கணவன் நெறிபிறழ்வை மேற்கொள்ள மனைவி கணவனை நிராகரிக்கும் முடி-வினை எடுக்கும் சூழல் தோன்றுகிறது. உயர்வைத் தரும் ஒழுக்கம் இருபாலருக்கும் பொதுவானது. 'ஒருவனுக்கு ஒருத்தி' என்ற ஒழுக்கநெறியில் கணவன் பிறழ, அதை மனைவி அனுசரிக்கவேண்டுமென்ற ஆணாதிக்கம் சாடுவதற்குரியது.

"ஒழுக்கநெறி தவறும் கணவனைப் பொறுத்துக்கொள்ள அறிவுறுத்தப்பட்டு வளர்க்கப்பட்டிருக்கும் கண்ணகி அறநெறி தவறும் மதுரை மன்னனை குற்றவு-ண்ர்வுக்கு ஆளாக்கிக் கொல்வதோடு, மதுரைநகரை தீய்க்கிரையாக்குகிறாள். சமூ-கத்தில் அறவுணர்வைவிட கற்புநெறி மேலானதாக இருக்கும் பொழுதில் கண்-ணகி எரித்துக் கொன்றிருக்க வேண்டியவன் கோவலனே. கோவலன் ஆணாக இருந்ததால் அவனுக்கான வரையறை மாறுகிறது. வெளிப்படையாக கற்புநெறியில் ஆணுக்கும், பெண்ணுக்கும் மாறுபட்ட (ஒரு தலைப்பட்சமான) வரையறையைக் கூறும் சிலப்பதிகாரமும், நம் மீதான பண்பாட்டுச் சிலுவையாகும்."[38]

என்ற கருத்தின்படி பெண்களைக் 'கற்புடன் வாழ்' என்று வலியுறுத்தும் சமு-தாயம் அவ்வறிவுரையை ஆண்களுக்கு என்றும் உரைத்ததில்லை. கணவன் மற்-றொரு பெண்ணை நாடுதல், மறுமணம் செய்தல், மனைவியை அவமானப்படுத்-துதல் போன்றவற்றைப் பின்பற்றினும் மனைவி கணவனையே தன் கண்கண்ட தெய்வமாக எண்ணி வணங்குதல் வேண்டும் என்றே ஆணாதிக்கச் சமுதாயம் எதிர்பார்க்கிறது. 'கண்ணகி' புதினத்தில் மூன்று மணம்புரிந்த கணவனைக் கண்-ணகி இகழ்ந்துரைக்கிறாள். அதற்கு,

"ஊரு ஒலகத்தில எவன்தான் யோக்கியமா இருக்கான். ஆனானப்பட்ட பெரிய மனுசங்களே ரெண்டு மூணுன்னு கட்டிக்கிட்டு ஆடுமாடு பொனய ஒட்டுறமாதிரி ஒட்டிக்கிட்டுப் போறானுங்க. நான் வெறும்பய. எனக்கென்ன வெக்கம், மானம்,

ரோசம் வந்துருக்கு. இன்னும் பத்து பொண்டாட்டி வேணுமுன்னாலும் கட்டுவன், என்னக் கேக்க யாரு வருவா சொல்லு"39 எனும் ஆசைத்தம்பியின் சொற்களில் பெண்களை அஃறிணையாகக் கருதும் ஆணாதிக்கச் சமுதாயத்தின் எண்ணமே பிரதிபலிக்கிறது.

'கற்றாழை' புதினத்தில் குடிப்பழக்கம், சூதாட்டம், களவு, பெண் நாட்டம் போன்ற தீயொழுக்கங்களில் மூழ்கியிருந்த செல்வராசு இந்திராவுடன் மட்டும் திருந்தி குடும்பம் நடத்துவது குறித்து சிந்தித்த மணிமேகலை கணவனோடு இணைந்து வாழ விரும்பவில்லை. இந்திரா 'ஒரே வீட்டில் ஒன்றாக வாழலாம்' என அழைக்கமணிமேகலை,

"நீ கூப்புட்டு நான்வந்து ஒங்கொட ஒண்டிக்கிட்டு புருசன் பங்குபோட்டுக்கிட்டு வாழுற ஆசயெல்லாம் எனக்கில்ல. ஒம்புருசன். அவ்வொளுக்குச் சொந்தமான ஆடுவாச. நீங்களே இருந்துட்டுப் போங்க"40 என்பதில் இழந்த உரிமையைப் பங்கு- போட விரும்பாத பெண்ணியத்தாக்கம் புலனாகின்றது.

'அளம்' புதினத்தில் மூன்றாவதாக குழந்தையைப் பெற்றெடுத்த இராசாம்பா- ளால் கணவனோடு அளத்திற்குச் சென்று பாடுபடமுடியவில்லை. பிரசவத்தாலும், குடும்பப்பணியாலும் அளத்திற்கு வராத இராசாம்பாளை வெறுத்த வேதப்பனின் மனம் வேறொரு பெண்ணை நாடியது. கணவனின் மறுமணத்தை அறிந்ததும் கணவனை நிராகரித்தவளாக குழந்தைகளோடு தாய்வீட்டை அடைகிறாள். மகன் பிறந்த ஒருமாதத்திலேயே கணவனைப் பிரிந்து நிற்கும் மகளைக்கண்ட சுந்தராம்- பாள் இருவரையும் இணைத்து வைக்க விரும்பினாள்.

"அம்மா நீ சும்மா கெடந்து அலயாத, நான் இன்னிக்குச் சொல்லுறதுதான். நீ எத்துனபேர அளச்சாந்து பஞ்சாயத்து வச்சாலும் யாம்மனசு மாறாது. இனிமே அந்த பாவியோட மொவத்துல முளிக்கமாட்டங்.... அவன் யாரோ நான் யாரோ- தான். அந்த ஆண்டவனே வந்து சொன்னாக்கொட அவனுக்கும் எனக்கும் இனிமே எந்த சொந்தஞ்சோலியும் கெடயா"41

என்ற இராசம்பாளின் பிடிவாதமான சொற்களில் கணவன் செய்த துரோகத்தின் விளைவை அறியமுடிகிறது.

இம்மூன்று பெண்களும் கணவன் மற்றொரு பெண்ணுடன் இணைந்து வாழ்- வதை ஏற்றுக் கொள்ளாமல்,கணவனைப் பங்குபோட விரும்பாமல் குழந்தை- களுக்காக வாழ்வதாகச் சித்தரிக்கப் பட்டிருக்கின்றனர். கணவனை நேரடியாக எதிர்க்கவில்லையாயினும் கணவனோடு சேர்ந்து வாழாமல் நிராகரிப்பது நெறிபி- றழ்ந்தவனுக்குத் தரும் தண்டனையாகக் கருதத்தோன்றுகிறது.

"பெண்களை அடிமைகளாக, போகப் பொருளாக, கவர்ச்சிப் பொருளாக, இல்- லத்திற்கு மட்டுமே உரியவளாக, ஆணின் அடிமையாக, கணவனுக்குச் சகலமு- மாக, அதிகாரத்தின் வசப்பட்டவளாக, அநியாயத்தை எதிர்க்கத் துணிவில்லாதவ-

ளாகக் கட்டமைகின்றன"[42]

என்ற எண்ணமுடைய ஆணாதிக்கச் சமுதாயம் இந்நியதிகளை மீறினால் பெண்ணை நிராகரிக்கிறது என்பதை 'கற்றாழை' புதினம் எடுத்துரைக்கிறது.

தந்தையின் பெண்ணாசையைக் கண்ட தாய் மனமுடைந்து தற்கொலை செய்துகொள்ள நான்கு வயது திலகா அனாதையானாள். தாயின் தங்கை வீட்டில் பல இன்னல்களுக்கிடையே வளர்ந்தவள் சகோதரியின் தரக்குறைவான பேச்சினால் கோபம் கொண்டு திருப்பூரையடைந்தாள். பணி செய்த தொழிற்சாலையின் மேலாளரான கண்ணனுடன் காதல் ஏற்பட திருமணம் புரிந்து வாழ்ந்தனர். திலகா இருமாத கர்ப்பிணியாக, கண்ணன் வீட்டில் தனக்கு நடக்கும் மறுமண ஏற்பாட்டிற்குச் செல்வதாக உரைத்தான். திலகா கணவனைத் தடுப்பதற்கு அருகில் குடியிருந்தோரைத் துணைக்கு அழைத்தாள்.

"அக்கம் பக்கத்துக்காரர்கள் மிரட்டவும் 'இவளுக்கும் எனக்கும் கல்யாணமானதை யாரு கண்ணால பாத்தீங்க. இவ கர்ப்பமா இருக்குறதுக்கு நாந்தான் காரணமுன்னு எப்படி சொல்றீங்க! என்று எதிர்த்து கேள்வி கேட்டான். 'புள்ளக்கி நான் அப்பால்ல கலச்சிட்டு ஒவ்வழிய பாத்துக்க"[43] என்றதும் அதிர்ச்சியடைந்த திலகா குழந்தைபிறந்து ஐந்து வயதுவரை உதவிசெய்யுமாறு கேட்டு கண்கலங்கி நின்றாள். அதற்கு ஒத்துக்கொண்டு விலகிய கண்ணன் திரும்பி வரவேயில்லை. தனிமரமான திலகா காலனியில் உள்ள பெண்களின் ஆதரவோடு பணிக்குச் சென்று பொருளீட்டி குழந்தையைக் காப்பாற்றுகிறாள்.

இதே காலனியில் குடியிருக்கும் செஞ்சிலா, கார்த்திக்கு இடையில் காதல் தோன்றியது. திலகாவின் வழிகாட்டுதலால் அறிந்தவர்கள் முன்னிலையில் இருவரும் கோவிலில் திருமணம் செய்தனர். ஆறுமாதத்தில் காலனிக்குள் புதிதாகக் குடிவந்த கனியாவைக் கார்த்தி மனம் நாடியது. செஞ்சிலாவும், திருமணத்தை முன்நின்று நடத்தியவர்களும் அவனைக் கடிந்து அறிவுறுத்தினர். எனினும், கார்த்தி பாராமுகமாய் இருக்க, செஞ்சிலாவின் தாய் வருந்தியவளாக மகளை வலுக்கட்டாயமாக அழைத்துச் சென்று கர்ப்பத்தைக் கலைக்க முற்பட்டாள். அதை அறிந்த செஞ்சிலா கணவனின் மனம் மாற்றம் குறித்து அவனிடமே பேசுகிறாள்.

"எதுக்காவ என்ன உட்டுட்டு அவகிட்ட போவுது ஒம்மனசு. சும்மா ஒரு ஜாலிக்காவத்தான் ...

சும்மா ஒரு பத்துநாளு ஜாலிக்காக ஓம்மேல உண்மையா ஆச வச்சிருக்குற என்ன வேண்டாங்கலாமா? வாழ்நாளு முழுக்க நம்ம சேந்து இருக்கணுமுன்னு எவ்வளது ஆசஆசயா பேசுன"[44]

என்ற நினைவுறுத்தலால் கார்த்தி மனமாறியதாகச் செஞ்சிலா கருதினாள். ஆனால், பெண்நாட்டமுடைய கார்த்தி செஞ்சிலாவை நிராகரிக்க அவள் தனிமரமானாள். கணவன் மனைவியை நிராகரித்தாலும், மனைவி கணவனை நிராகரித்

தாலும் பெண்களே குழந்தையை வளர்க்க முற்படுகின்றனர் என்பது தெளிவாகின்-
றது.

2. சமூகச்சிக்கல்கள்

"ஸ்திரீகளுக்கு ஜீவன் உண்டு. மனம் உண்டு. புத்தியுண்டு; ஐந்துபுலன்கள்
உண்டு. அவர்கள் செத்த இயந்திரங்களல்லர்; உயிருள்ள செடிகொடிகளைப்
போலவுமல்லர்; சாதாரணமாக ஆண்மாதிரியாகவே தான் புறவுறுப்புகளில் மாறுதல்.
ஆத்மா ஒரே மாதிரி"[45] என்று ஆண், பெண் இனத்தில் பேதமில்லை எனப் பாரா-
தியார் குறிப்பிட்டுள்ளார். சமூகத்தில் சரிபாதியாக விளங்கும் பெண் இனம் பெண்-
கள் என்பதாலேயே அடிமைப்படுத்தப்படுகின்றனர். உரிமை மறுக்கப்படுகின்றனர்.
படைப்பாளரின் புதினங்களில் இச்சிக்கல்களைப் பெண்ணிற்கான நியதி, கல்வி
மறுப்பு, சொத்துரிமை, கற்புநெறி , புதுயுக விரும்பிகள் எனப் பகுத்து நோக்கலாம்.

2.1. பெண்ணிற்கானநியதி

பெண்களை அடிமைப்படுத்தும் சமூகக் கட்டமைப்பில் ஒரு சில ஆண்கள்
தன் வாழ்வின் இணைக்கு உரிமை தரவிரும்பினும் முடிவதில்லை என்பதை
'அளம்' புதினத்தில் காணமுடிகிறது. வேதப்பனும், இராசாம்பாளும் அளப்பணிக்-
காக இரவு ஒருமணிக்கெல்லாம் எழுந்துவிடுவர். மரப்பாலத்தைக் கடந்து செல்லும்
வழியிலுள்ள தேநீர் கடையில் ஆண்கள் மட்டுமே தேநீர் அருந்துவது வழக்கம்.
ஆணுக்கு நிகராகப் பெண் உழைத்தாலும் வீட்டில் நீராகாரம் அருந்தி வந்ததோடு
அளத்தில் இறங்கிவிடுவர்.

"அப்புடியே யாராவது குடிக்க நினைத்தாலும் சரிக்கி சரியா ஆம்புளையோட
போயி டீ கடையில டீ குடிக்காவது. ஒலவம் தாங்குமா? என்று யாராவது தடுத்து-
விடுவார்கள். எனவே பெண்கள் யாரும் டீ குடிக்க நினைக்கமாட்டார்கள்"[46] என்ற
சமுதாயத்தின் சொல்லுக்குப் பயந்த வேதப்பன் தேநீர் கடையில் இருதேநீர் வாங்கி
இருட்டில் மரத்தோடு மரமாய் நிற்கும் தன்மனைவியிடம் தருவான். ஆளுக்கொன்-
றாக தேநீர் அருந்தியபின் கோப்பையைக் கடையில் வேதப்பன் தர மறைவாகவே
இராசாம்பாள் அவனோடு இணைந்து அளத்திற்குச் செல்வாள். தேநீர் கடையைச்
சேர்ந்த வீரமணி முதலில் அனைவரும் பார்க்க இருதேநீர் அருந்த வெட்கப்படு-
வதாகக் கருதியவன் நாளடைவில் உண்மையை அறிந்துக்கொண்டான். வேதப்பன்
யாரிடமும் சொல்லவேண்டாம் என்று மன்றாடியதால் இராசாம்பாள் தேநீர் அருந்-
துவது ஊரில் யாருக்கும் தெரியாது.

ஆணோடு இணைந்து பொது இடத்தில் உழைக்கும் உரிமையுடைய பெண்-
ணுக்குப் பொதுஇடத்தில் தேநீர் அருந்த மட்டும் உரிமையில்லை. யாருக்கும் தெரி-
யாமல் வேதப்பன் மனைவிக்குத் தேநீர் வாங்கிவந்ததே தன்கணவன் தனக்காகச்
செயல்படுகிறான் என்ற எண்ணத்தை, மகிழ்ச்சியை இராசாம்பாளின் வாழ்க்கையில்
விதைத்தது. ஒரிருவர் மனைவிக்கு உரிமையை, தன்னை ஒத்தவள் என்ற முக்-

கியத்துவத்தை வழங்க முற்படினும் நாளடைவில் சமுதாயத்தில் மாற்றம் ஏற்படும் என்பதையே படைப்பாளர் வேதப்பனின் வாயிலாக வலியுறுத்துகிறார்.

"இந்தியச் சமூகத்தில் 'பெண்' குழந்தை வரப்போகிற ஒருகணவனுக்காக வாழப்போகிற ஓர் அடிமை! அதற்காகத் தான் நாம் தயாரிக்கப்படுகிறோம் என்ற மனோபாவத்தை அப்பெண் சிறுமியாக இருக்கும்போதே அடையும்படியாகக் குடும்பத்தின் நிர்வாக அமைப்புகள் அமைந்துள்ளன"[47] என்ற க.பஞ்சாங்கத்தின் சொற்கள் குறிப்பிடத்தக்கது. காலங்காலமாகப் பெண்கள் கணவனின் ஆளுகைக்கு அடங்கி, தன் ஆசைகளை ஒடுக்கி, பிறந்தவீட்டின் பந்தபாசத்தைத் துறந்து, தாம்பத்தியத்துடன் கணவனுக்கானக் குடும்பப் பணியைச் செய்து, தன்வாழ்நாள் முழுவதும் வீடு என்ற அமைப்பைக் கட்டிக்காப்பதே கடமை என்று அறிவுறுத்தப்படும் சமூகத்தில் பெண்ணால் தன்னிச்சையாகச் செயல்படமுடிவதில்லை. ஒருகட்டத்தில் இத்தளைகளை அறுக்க முற்படினும், மூத்த தலைமுறையைச் சார்ந்த பெண்கள் 'இதுவே நியதி' என அடக்கி வருவதை 'அளம்'புதின சுந்தராம்பாள் வாயிலாக படைப்பாளர் வெளிப்படுத்துகிறார். சிலநாட்களாக அன்பில்லாமல் எரிந்து விழும் கணவனின் போக்கை இராசாம்பாள் தாயிடம் தெரிவிக்கிறாள். அதற்கு,

"என்ன பேசுனாலும் கேட்டுக்க நீனா வாயத்தொறந்து எதுவும் பேசிப்புடாத. ஒன்னால வந்ததுன்னு எதுவும் இருக்கக் கொடாது. பொம்பள நம்மதாங் கொஞ்சம் பொறுமையா போவணும். பாத்துநடந்துக்க. எல்லாஞ் சரியாப்பெயிரும்"[48] என்பதில் பெண்கள் கணவன் தவறிழைக்கும்போதும் அடங்கிப் போகவேண்டும் என்று அறிவுறுத்தும் சமூகக் கட்டுப்பாட்டினை அறியமுடிகிறது.

2.2. கல்விமறுப்பு

சமூகத்தில் பெண்கள் தாழ்த்தப்படுவதற்கும், நசுக்கப்படுவதற்கும், அடிமைப்படுத்தப்படுவதற்கும், சுரண்டப்படுவதற்கும் அடிப்படையான காரணம் பெண்கள் சிந்திக்கும் திறனற்றவர்களாக இருப்பதே ஆகும். தெளிவான நற்சிந்தனைகளையும், துணிச்சலையும், எதையும் எதிர்கொள்ளும் பக்குவத்தையும் கல்வி தருகின்றது. கல்வி தரும் விழிப்புணர்ச்சியைப் பெண்கள் அடைந்துவிட்டால் ஆண்மேலாதிக்கம் வடிவமைத்தகட்டை உடைத்தெறிந்து புறவுலகைக் காணமுற்படுவர் என எண்ணியே பெண்களுக்குக் கல்வி மறுக்கப்படுகிறது.

பொருளாதாரமின்மை, வேலைப்பளு, அறியாமையால் ஏற்படும் அச்சம் போன்ற காரணங்களுக்காக பெண்களுக்குக் கல்வி மறுக்கப்படுவதைப் படைப்பாளர் கற்றாழை, மாணிக்கம், கண்ணகி புதினங்களில் சுட்டுகின்றார். மணிமேகலையை நடுநிலைப்பள்ளியில் சேர்க்குமாறு ஆசிரியர்கள் பரிந்துரைக்க, பள்ளிக்கான செலவிற்கு வேலைசெய்வதாக அவளும் உறுதியளித்து பலபோராட்டத்திற்குப் பின் பள்ளியில் சேர்ந்தாள். ஆனால் பூரணத்தின் பொறாமையால் மணிமேகலையின் படிப்பு தடைப்பட்டது. அதனால் மதுக்கடையிலிருந்த தந்தை சண்முகத்திடம் பள்ளிக்-

குச் செல்ல அனுமதிக்குமாறு கெஞ்ச அவனும் வீட்டில் உரைப்பதாகக் கூறினான். இதைக்கண்ட மதுக்கடை நண்பர்கள் பெண்பிள்ளையைப் படிக்கவைத்து அவள் சம்பாதித்த பணம் நாளை தந்தைக்கு வரப்போவதில்லை. எனவே படிப்பை நிறுத்-திவிட்டு ஒரு சைக்கிள்கடை வைத்துக் கொடுத்தால் கிடைக்கும் வருமானம் மது-வருந்த உதவும் என்றனர். மறுநாள் காலை கொட்டகை அமைக்க நிலத்தைச் சீராக்கிக் கொண்டிருந்த தந்தையைக் கண்ட மணிமேகலை தாயிடம் காரணத்தைக் கேட்டு அறிந்தாள்.

"அப்பப் பள்ளிக்கொடம்

நீ எங்க இனிமே பள்ளிக்கொடம் போற?"

மணிமேகலைக்கு இது அதிர்ச்சியாயிருந்தது. நேற்று சாராயக்கடையில் அப்பா சொன்னது என்ன? இன்று செய்வது என்ன? அவளால் எதுவும் செய்யமுடிய-வில்லை. இனிமேல் யாரிடம் போய் அழுவது? என்று பேசாமல் இருந்துவிட்-டாள்"[49] தமக்கையின் பொறாமையினாலும், தாயின் இயலாமையினாலும், தந்தை-யின் குடிபோதையினாலும், குடும்பத்தில் பொருளாதாரநிலை தாழ்ந்திருந்தாலும் மணிமேகலையின் கல்வி கற்கும் ஆசை வேரோடு அழிக்கப்பட்டது. எனினும் தனக்கு மறுக்கப்பட்ட கல்வி தன் தங்கைக்குக் கிடைக்கவேண்டும் எனப் போரா-டினாள்.

இடும்பாவனத்தில் கல்வி கற்கும் வளர்மதியை எங்கே தன்னைப்போல் நிறுத்-திவிடுவேரோ எனக் கருதிய மணிமேகலை குருகுலத்தில் சேர்க்குமாறு தந்தையிடம் வற்புறுத்துகிறாள். இதற்கான செலவுக்குத் தன் தாலிக்குண்டு இரண்டையும் தரு-வதாக உரைத்தபிறகே சண்முகம் சம்மதித்தான். ஆனால் தாய் நோய்வாய்ப்பட்டு சாகக்கிடக்கும் நிலையில் வளர்மதியைக் குருகுலத்தில் சேர்க்க வந்திருப்பதாகக் கூறிய சண்முகத்தின் பொய்யான சொற்களை நிர்வாகத்தினர் நம்பினர். ஆதரவற்ற பெண்களுக்கும், வசதி வாய்ப்பற்ற பெண்களுக்கும் அடைக்கலம் தந்து அவர்களை வாழவைக்கும் குருகுலம் வளர்மதியையும் ஏற்றுக்கொள்ள மணிமேகலை நிம்மதி-யடைந்தாள்.

"கற்கை நன்றே கற்கை நன்றே

பிச்சைப்புகினும் கற்கை நன்றே"[50]

என்னும் ஒளவையாரின் சொல்லுக்கிணங்க பெண்ணுக்குக் கல்வி வேண்டு-மெனில் பொருளாதாரத்தைக் காரணமாக்காமல் பொய்யுரைத்தாகினும் கல்வியைப் புகட்டுவதில் தவறில்லை என்பதைப் படைப்பாளர் இங்கு நிலைநாட்டியுள்ளார். குடும்பப் பொருளாதாரத்தை மேம்படுத்துவதற்காகப் படிக்கும் வயதிலுள்ள சிறு-மிகளைக் கற்க அனுப்பாமல் மாடுகளை மேய்ப்பதற்கும், இல்லப்பணிகளுக்கும், கடையைக் கவனித்து சம்பாதிப்பதற்கும் பயன்படுத்தும் போக்கு சமூகத்தில் நில-வுவதை 'மாணிக்கம்' புதினம் எடுத்துரைக்கிறது. மாணிக்கம் மகளைப் பெட்டிக்-

கடையைக் கவனிக்கும்படி செய்து மகனை மட்டும் படிக்கவைப்பதில் பெண்கல்வி மறுப்பு தெளிவாகிறது.

'மாணிக்கம்' புதினத்தில் வசதிமிக்க தங்கத்தாச்சி தன் ஆறு பெண்களையும் படிக்க வைக்காமல் ஆண்பிள்ளை என்பதால் மாணிக்கத்தை மட்டும் மருத்துவப் படிப்பினைப் படிக்க வைக்கிறாள். மாணிக்கமும் தன் மகன் நாஞ்சியை மட்டும் படிக்க வைத்து பெண்பிள்ளைகளின் கல்வியை தொடக்கக் கல்வியோடு முடக்கு-கிறான். மாணிக்கத்தின் மூத்தமகள் வாணி பெண் என்பதாலும், பெட்டிக்கடையை கவனிக்கும் பொறுப்பு இருப்பதாலும் அவளது பெற்றோர் அவளைப் பள்ளிக்கூடம் செல்ல அனுமதிக்கவில்லை.

"வாணியும் பள்ளிக்கூடம் போய் படிக்க எவ்வளவோ ஆசைப்பட்டாள். ஆறா-வது படிக்க வேண்டுமென்றால் இடும்பாவனம் தான் போக வேண்டும் கற்பகநாதர் குளத்துப் பெண்களெல்லாம் ஐந்தாம் வகுப்புவரைதான் படித்தார்கள்."[51] இவ்வாறு பெண் என்பதால் தொலைவைக் காரணமாக்கி கல்வி மறுக்கப்படுகின்ற சூழலை அறியமுடிகிறது.

'கண்ணகி' புதினத்தில் கண்ணகியின் கல்வி அறியாமையால் முடிவுற்றது. பள்-ளியின் கூரை சரியில்லாததால் கோயிலில் வகுப்பு நடப்பது வழக்கம். நான்காம் வகுப்பு படித்துக் கொண்டிருந்த கண்ணகி பொங்கல் உண்ணும் ஆசையால் ஆசி-ரியரிடம் பொய்யுரைத்து வெளிவந்தாள். பிரசாதத்தை உண்டவளாகக் கோயிலின் ஏழாம் மாடத்தில் பூகட்டியவளாக கண்ணயர்ந்து உறங்கிவிட்டாள். மாலையாகியும் வீடுவராத மகளைத் தேடி பெற்றோர் அலைந்தனர். இரவு பத்துமணிக்குக் கோயில் கதவு அடைத்த பிறகு கண்விழித்த கண்ணகி சூழ்நிலையை உணர்ந்து பயந்தாள். விடிந்ததும் யாருமறியாமல் வீடுவந்த கண்ணகியை அதற்கு பின்பு தாய் பள்ளிக்கு அனுப்ப மறுத்துவிட்டாள். மகளுக்கு ஆபத்து ஏற்படுமோ என்ற தேவையற்ற அச்-சத்தால் கல்வி தடைப்படுகிறது.

2.3. சொத்துரிமை

பொருளாதாரச் சுதந்திரமும், சுயசம்பாத்தியமும் இருப்பின் பெண்கள் ஆணா-திக்கக் கட்டிலிருந்து வெளியேறி விடுவர் என்று எண்ணியே ஆண்கள் ஆரம்-பக்காலத்தில் சொத்துரிமையை வழங்கவில்லை. முதலில் தன் உதிரத்தில் பிறந்த ஆண் வாரிசுக்கு மட்டுமே சொத்துரிமை என்ற நியதியையே பின்பற்றினர். நாளா-டைவில் பெண்கல்வியினாலும், புறவுலகில் தடம்பதித்த பெண்களின் முன்னேற்-றத்தினாலும் பெண்களுக்கும் சொத்துரிமை உண்டு என்ற சட்டம் தோன்றினும் அவ்வுரிமை அனைத்துப் பெண்களையும் சென்று சேரவில்லை என்ற யதார்த்தப் போக்கினைப் படைப்பாளர் கற்றாழை, கண்ணகி, அளம் போன்ற புதினங்களில் பதிவு செய்துள்ளார்.

"1956ல் கொண்டு வரப்பட்ட இந்து வாரிசு சட்டத்தின் பிரிவு 14 பெண்ணின் சொத்துப் பற்றிப் பேசுகின்றது. இச்சட்டத்தின்படி இறந்துபட்டவரின் மனைவி அவரின் இறந்து போன மகனின் மனைவி (மருமகள்) மற்றும் இறந்து போன மகன் வழிப் பேரனின் மனைவி ஆகியோருக்குச் சொத்தில் பங்கு உண்டு"[52] என்ற சட்டமிருப்பினும் கணவனின் சொத்து முழுமையாக மனைவியைச் சென்று சேர்வதில்லை.

'கண்ணகி' புதினத்தில் மரியபுஷ்பத்தை அமுல்தாசு திருமணம் செய்த புதிதில் குடும்பம் ஏழ்மையான சூழலில் தான் இருந்தது. மரியபுஷ்பம் திருமணமான மூன்-றாம் மாதம் முதல் மீன்வியாபாரத்திற்குச் சென்று பாடுபட்டு சேர்த்த பணத்தில் வீடுகட்டி, மூன்று படகுகளை வாங்கி தொழிலுக்கு விட்டிருந்தாள். இருவரின் உழைப்பினால் பொருளாதாரம் முன்னேற வாரிசு இல்லை என்ற குறை மட்டுமே நிலைத்திருந்தது. இதனால் மனமுடைந்த அமுல்தாசு தொழிலுக்குச் செல்லாமல் வீட்டிலேயே முடங்க மரியபுஷ்பமே படகுகளைத் தொழிலுக்கு அனுப்புவது முதல் சரக்கை ஏலம் விடுவது வரை அனைத்து பணிகளையும் செவ்வனே செய்து வந்-தாள். கணவன் இறந்ததும் வாரிசில்லாத சொத்தைப் பறிக்க அமுல்தாசின் அண்-ணன் மகன்கள் வந்து சேர்ந்தனர்.

"அந்தம்மா தேடி சம்பாதிச்சதுதான். அத புத்திசாலித்தனமா தாம் பேருலயே எழுதி வச்சிருந்திருக்கணும். புருசன் பேருல வாங்கிச் சேத்துருக்கு. அவனுங்க-ளுக்கு அது வாய்ப்பா பொயிட்டுது. புள்ளயில்லா சொத்து இது. யாருக்கும் யாரு கூடவும் சண்ட வம்பு வேண்டாம். எங்க சித்தப்பா பேருல உள்ளத நாங்க எடுத்-துக்கிர்றம். அவங்க பேருல இருக்குறத்த அவங்க யாருக்கு வேணுமோ கொடுத்-துக்கட்டும் என்று கூறிவிட்டனர்"[53] பஞ்சாயத்து பேசவந்தவர்களும் வாரிசில்லாத சொத்து இருப்பக்கமும் சென்று சேரட்டும் என எண்ணியவர்களாகப் பேச மரிய-புஷ்பமே பாதிப்புக்குள்ளாகிறாள். கணவனின் இறப்பிற்குப் பின் எதிர்காலம் குறித்-துஅச்சத்தில் துவண்டிருக்கும் மனைவிக்குச் சொத்தில் பங்குதர வேண்டுமே எனக் கணவனின் குடும்பத்தார் பழிதூற்றி மனைவியை விரட்டக் கூடிய கொடுமையை சிவகாமி, வடிவாம்பாள் கதாபாத்திரங்கள் வெளிப்படுத்துகின்றன.

"இந்து வாரிசுரிமைச் சட்டத்தின் அடிப்படையில் சொத்தில் உரிமை பெறக்-கூடிய ஒரு கைம்பெண், மறுமணம் செய்து கொண்டாலும் அல்லது மறுமணம் செய்யாமல் இருந்தாலும் எவ்வித வேறுபாடுமின்றி சொத்தில் தனக்குரிய பங்கி-னைப் பெறுவர் என்பதுதான் இந்துச் சட்டத்தின்படி இன்றைக்கு இருக்கும் நடை-முறை"[54] என்ற சட்டமிருப்பினும் நடைமுறையில் அடித்தட்டு மக்களைச் சென்ற-டையவில்லை என்ற யதார்த்தம் புலனாகிறது.

'கற்றாழை' புதினத்தில் கைம்பெண்ணான சிவகாமி கணவனின் உறவினரோடு புகுந்தவீட்டிலேயே வசிக்க எண்ணினாள். சொத்தில் பங்கு தரவேண்டுமே என

கருதிய கணவனின் சகோதரர்கள் படையல் முடித்த அடுத்த நாளே சிறுதொகை-யைக் கொடுத்து வெளியேறுமாறு கட்டாயப்படுத்தினர். பெற்றோர், உடன்பிறந்தோர் இல்லாததால் இங்கேயே இருக்க அனுமதி கேட்டவளிடம் இளம்பெண்ணான உன் நடத்தையில் மாற்றம் ஏற்பட்டு குடும்ப மானம் பறிபோகும் எனப் பழிதூற்றி விரட்-டினர்.

`அளம்' புதினத்தில் குடும்பச்சூழல் கருதி வடிவாம்பாள் வயதில் மூத்த பொன்-னையனைத் திருமணம் செய்து வாழ்ந்து வந்தாள். தென்னை மரநிழலில் படுத்-திருந்தவனின் தலையில் தேங்காய் விழுந்து உயிர் போனது. அவனுடன் பிறந்த சகோதரிகள் மனைவி ராசியே கணவனைக் கொன்றது எனச் சுடுசொற்களைப் பேசி வெளியேற்றினர். பெற்றோர் ஆதரவு இருப்பினும், இல்லாவிடினும் சொத்து பறிபோகும் என்ற பேராசையால் மனைவிக்கானச் சொத்துரிமை மறுக்கப்படுவது கொடுமையானது.

வேலாயுதம், அம்மணி தம்பதிகளுக்கு ஐந்து பிள்ளைகள் பிறந்ததில் ஒரே ஒரு பெண் மட்டும்தான் நிலைத்தது. அம்மணி மகளுக்குத் திருமணம் செய்து மரு-மகனை வீட்டிற்குள் அழைத்துவர பங்காளிகள் பகைமூண்டது. `ஆண் வாரிசு இல்லாத சொத்து அண்ணன், தம்பி பிள்ளைகளையே சாரும்' எனப் பங்காளிகள் பிரச்சினை செய்ய அம்மணி எதிர்த்து நின்றாள். `சொத்து அனைத்தும் தங்கள் சுய சம்பாத்தியமே என்பதால் மகள் தான் அனுபவிப்பாள்' என உறுதியாக உரைத்தாள். பங்காளிகள் சூழ்ச்சியினால் வேலாயுதத்தின் மனதை மாற்றி பஞ்சா-யத்தில் மகள், மனைவிக்கு எதிராகப் பேச வைத்தனர்.

”பொண்ணா பொறந்த பொண்ணுக்கு ஒரு பங்குக்கு ரெண்டு பங்கா சீருசெ-னத்தி செய்யலாம். சாமாஞ்சட்ட வாங்கிக் குடுக்கலாம். மாடுகன்ன ஓட்டி உடலாம். அதாஞ்செய்யலாம். ஆனா சொத்து சொவமெல்லாம் யாங் அண்ணந்தம்பி புள்-ளைவொளுக்குத்தான் சேரணும். அதான் யாங் விருப்பம்”[55] என்ற வேலாயுதத்தின் சொற்களில் சமூகத்தில் பெண்களுக்கான சொத்துரிமைப் பற்றி நிலவும் கருத்து வெளிப்படுகிறது. எனினும் அம்மணி பூர்வீகச் சொத்தாக வந்த நிலத்தைத் தவிர மற்ற சுயசம்பாத்தியச் சொத்துக்களைத் தரமாட்டேன் என உறுதியாக எதிர்த்துப் பேசி துணிச்சலுடன் செயல்படுகிறாள்.

கற்றாழை புதினத்தில் சண்முகத்தின் சொத்து விற்கப்பட்டு மூன்று பெண்களுக்-கும் பணம் பிரித்துக் கொடுத்ததைக் காணமுடிகிறது. மற்ற இடங்களில் பெண்க-ளுக்குச் சொத்துரிமை மறுக்கப்பட்டது புலனாகிறது.

2.4. கற்புநெறி

`கற்பு' பெண்ணுக்கு மட்டுந்தான் என்பது ஆணாதிக்கத்தார் பூட்டிய அடிமை விலங்கு. காலங்காலமாக கற்பு பெண்களுக்கு மட்டுமே உரியது என்றவுணர்வைப் பெண்மைக்கு ஏற்படுத்தி அவர்களை அடக்குவதற்கான ஆயுதமாகவே கற்புக்-

கோட்பாடு இருந்து வந்துள்ளது. பெண் ஆணின் துணையோடு வாழ்பவள். கட்-டுப்பாட்டுடன் வளர்க்கப்பட வேண்டியவள் என்று மூதாதையரின் சொற்களைக் கேட்டு வளரும் பெண்கள் இம்மனோபாவத்திலிருந்து வெளிவர இயலாமல் `கற்பு' என்ற மரபுவழிப்பட்ட கருத்தாக்கத்தில் தங்களை இணைத்துக் கொள்கின்றனர். இத்தகைய கற்பொழுக்கத்தினால் பெண்கள் அடிமைப்பட ஆண்கள் தலைமை-பெற்று அவர்களை அடக்கியாள முற்படுகின்றனர்.

"கற்பு என்பது பதிவிரதா தர்மத்தையே குறித்தது. கணவன் குருடியாக, நோய்-வாய்ப்பட்டவனாக, குடிகாரனாக, பல பெண்களிடம் உறவுகொள்பவனாக இருந்தா-லும், அவனைப் போற்ற வேண்டும் என்றும், கணவன் பரத்தையிடம் சென்று வந்-தாலும், அவனின் புறவொழுக்கத்தைப் போற்றாது, அன்பு பாராட்டுதல் வேண்டும் என்றும், அவன் உறவு கொண்ட பரத்தையரைத் தங்கையராக மதித்தல் வேண்டும் என்றும், கொண்ட கணவனே சகலமும் அவன் வாழ்வும் தாழ்வும் தன்னுடையதா-கக் கொள்ளுதல் வேண்டும் என்றும் கணவனைப் பேணி, குடும்பத்தைப் பேணி, அவன் புகழ்வாழ்வுக்கு ஊறு ஏற்படாவண்ணம் ஒழுகுதல் வேண்டும் என்றும் `பதி-விரதாதர்மத்திற்குப்' பல கட்டுப்பாடுகளை ஏற்படுத்தி தன்னை இவற்றிற்கெல்லாம் அப்பாற்பட்டவனாக நிலைநிறுத்திக் கொண்ட சுயச்சார்பு மற்றும் ஒரு சார்புத்தன்-மையை ஆண்வழிச் சமூகம் ஏற்படுத்திக் கொண்டது"[56] என்ற பெண்ணியலாளர் பிரேமாவின் கருத்தின்படி மாணிக்கம், செல்வராசு, ஆசைத்தம்பி கதாபாத்திரங்கள் சித்தரிக்கப்பட்டிருக்கின்றன.

மாணிக்கம் குடிகாரனாக, மனம் போன போக்கில் பணிபுரிவனாகக் காதலியின் நினைவில் குடும்பத்தை மறந்தவனாக, பெற்றோர் சொல்கேட்டு மனைவியின் ஒழுக்கத்தை இகழ்பவனாக, சந்தேகத்தில் வன்முறையைக் கையாளும் குரூபியாக உள்ளான். மாணிக்கத்தின் மனைவி செல்லாயி கணவனை அனுசரித்து அடங்கி வாழும் பெண்ணாகவே படைக்கப்பட்டிருக்கிறாள்.

`அளம்' புதினத்தில் சுந்தராம்பாள் இறுதிவரை அயல் நாடு சென்ற கணவனின் வரவை எதிர்நோக்கி காத்திருக்கிறாள். ஊரில் வெள்ளம் ஏற்பட்டு, பஞ்சம் பிழைக்க ஊர்மக்களும், உறவினரும் வேறு ஊருக்கு குடிபெயர்கின்றனர். வடிவு இடமாற்றம் குறித்து தாயிடம் பேச அவள்,

"புள்ளக்குட்டிவொளோட இந்த வூட்டுலதாங் ஒங்கப்பாரு என்ன உட்டுட்டுப் போனாவோ, இன்னக்கி இல்லாட்டியும் எனக்காவுது ஒரு நாளு அவ்வொ வந்து பாத்துட்டு, `எங்க போயிருப்பா நம்ம பொண்டாட்டின்னு தெவச்சி நிக்கக் கொடாது' யாரக் கேட்டுக்கிட்டு வூரவுட்டுப் போன? ன்னு கேட்டா நான் என்ன பதிலு சொல்லுற? செத்தாலும் கெட்டாலும் இந்த வூரவுட்டு நா வரமாட்டங்"[57] என்று மறுப்பதில் பதிவிரதா தர்மமே மேலோங்குகிறது. பிழைப்பிற்காக அளம் வாங்குவதற்கு நிலத்தை விற்க வேண்டிய சூழலில் கணவனின் அனுமதி இல்லாமல்

எவ்வாறு செய்வது?எனப் பரிதவிக்கிறாள். பெண் என்றால் கணவனை அனுசரித்து அவனுக்காகவே வாழ வேண்டும் என்ற மரபின் கட்டுக்குள் சிக்கிய கதாபாத்திரமாகவே சுந்தராம்பாள் காணப்படுகிறாள்.

'கற்றாழை' புதினத்தில் தந்தையிடமே திருடுதல், வீட்டுப் பொருட்களை அடமானம் வைத்து மது குடித்தல் போன்ற தீயப்பழக்கங்கள் உடைய செல்வராசுவின் நடத்தையை மணிமேகலை அத்தையிடம் கூறுகிறாள். அதற்கு அவள்,

"இப்பகொட ஒண்ணும் கெட்டுப் பெயிறல. அவங்கட்டுன தாலிய கயட்டி வீசிப்புட்டு வா. நான் யாம் புள்ளைக்கி ஒன்னய கட்டி வக்கிறன்"[58]

என்றவளின் சொற்களை மறுத்து விலகுகிறாள். கணவனிடமிருந்து விடுதலை, நல்வாழ்க்கை கிடைக்கும் என்ற நிலையிலும் மரபிலிருந்து மீளாத பெண்ணாகவே மணிமேகலை இருக்கிறாள். பெண்ணின் பிறப்பு முதல் இறப்பு வரை கற்பு நெறியையும், குடும்ப ஒழுக்கத்தையும் பாதுகாப்பதே தலையாய கடமையாக இருப்பதை இப்புதினங்களின் வாயிலாக அறியமுடிகிறது. குடும்பம் ஒருதலைமுறையினரை மரபு, பண்பாடு, ஒழுக்கம் போன்றவற்றைக் கற்பிக்கும் களனாக இருந்து அவர்களைச் சமூக உயிரிகளாக மாற்றுகிறது.

"குடும்ப நிறுவனமானது நியதிகளை, மரபுகளை, பண்பாட்டு ரீதியாகவும், கருத்தியல் ரீதியாகவும் பெண்ணின் இருத்தலுடன் இணைத்துக் குடும்ப உற்பத்தி உறவில், அவர்களின் பணிப்பகிர்வு ஏற்பில் கூடுதல் பொறுப்புகளைத் திணித்து, ஆணின் பொறுப்புகளினின்றும் வேறுபடுத்தி, பெண்ணின் நிலையைத் தாழ்த்துகிறது"[59] என்ற அரங்கமல்லிகாவின் கருத்து ஒப்புநோக்கத்தக்கது. 'ஒருவனுக்கு ஒருத்தி' என்ற கற்புநெறியை ஆண் மீறி பாலியல் நாட்டத்தில் நெறிபிறழ பெண்கள் குடும்ப நிறுவனத்தின் அடிமை வாழ்வையே எதிர்த்து வெறுத்து ஒதுக்குகின்றனர். குடும்பத்தை விட்டு வெளியேறும் பெண் பாதுகாப்பு, அன்பிற்கு ஏங்கி பாலியல்ரீதியாக பண்பாட்டை மீறுவதாகக் கண்ணகி கதாபாத்திரம் சித்தரிக்கப்பட்டுள்ளது.

கண்ணகி காதலுக்கும், ஈர்ப்புக்கும் வேறுபாடு அறிய முடியாத வயதில் வலைக்குள் சிக்கிய மானாக ஆசைத்தம்பியின் நயவஞ்சகப் பேச்சில் மயங்கியவளாக உடன்போக்கினை மேற்கொண்டு திருமணம் புரிகிறாள். கண்ணகியின் மீதிருந்த உடல்வேட்கை தீர்ந்தபிறகு அவனுடைய மனம் பிறபெண்களை நாடத் தொடங்கியது. தனக்கு திருமணமானதை மறைத்து இரண்டாவதாக சூடாமணியையும் சிலநாட்களிலேயே அவளுடைய தங்கையை மூன்றாவதாகவும் மணம் முடித்தான்.

கணவனிடத்தில் தனக்கான உரிமை பறிபோய் விட்டதை உணர்ந்தவளாக, குடும்பப்பணிப் பகிர்வை மட்டும் சுமந்தவளாக, வன்முறையைத் தாங்கிக் கொண்டு உழைத்து பணம் ஈட்டும் இயந்திரமாகக் கண்ணகி வாழத் தொடங்கினாள். கண்

ணகியின் மனம் துரோகம் செய்த ஆசைத்தம்பியின் அருகாமையை விரும்பி-யதை உணர்ந்தாள். கணவன் தன்னை விடுத்து மற்ற மனைவிகளோடு மகிழ்ச்சி-யாக இருப்பதையும் கண்கூடாகப் பார்த்து ஏற்றுக் கொள்ள முடியாமல் அவனைத் துன்புறுத்தும் எண்ணங்களுக்கு அடிமைப்பட்டு போனாள். எனினும் ஆசைத்தம்பி மனைவியின் வேதனையைப் புரியாமல் மனதை மதிக்காமல் இச்சையைத் தீர்க்கும் உடைமையாக நடத்தியதால் கண்ணகி தனக்கு இந்த கேவலமான வாழ்க்கை வேண்டாம் என முடிவெடுத்தவளாக வீட்டை விட்டு வெளியேறினாள்.

திரைப்படங்களின் தாக்கத்தினால் சமூகத்தில் ஏமாற்றப்பட்ட பெண்ணைக் கரம்பிடித்து நல்ல வாழ்க்கை வாழ வேண்டும் என்ற எண்ணம் மனதில் பதிந்தி-ருந்ததால் திவ்யநாதன் கண்ணகியுடன் வாழத் தலைப்பட்டான். கர்ப்பமானவுடன் குழந்தைக்குத் தகப்பன் தான் என்பதை யாரிடமும் தெரிவிக்க வேண்டாம் எனக் கெஞ்சியவனைக் கண்ணகியால் சீரணிக்க முடியவில்லை.

”எம்மானம் மரியாதயப் பத்தி கவலப்படாம தன்ன காப்பாத்திக்கிறதிலயே குறியா இருக்கானே. இவன நம்பி மோசம் பொயிட்டமே” என்று வருந்தினாள்[60] ஆசைத்தம்பி மனைவியை விடுத்து மற்ற பல பெண்களோடு கொண்ட தொடர்-பைப் பார்த்தும், ஆண் எத்தனை பெண்களை வேண்டுமானாலும் திருமணம் செய்து கொள்ளலாம் என்ற ஆணாதிக்கப் பேச்சைக் கேட்டுமிருந்த கண்ணகி தனக்கு ஒரு பாதுகாப்பாக திவ்யநாதனை எண்ணியதால் பண்பாட்டை மீறினாள். ஆனால் அவனும் தன் சுயநலத்தை எண்ணியவனாக, இருட்டு வாழ்க்கையை மட்டுமே விரும்பியவனாக இருப்பதை உணர்ந்து மனமொடிந்தாள்.

குடும்பஉறவில் இருக்கின்ற நம்பிக்கையற்ற, ஒழுக்கமற்ற தன்மையே இன்றைய சமூகத்தின் பெரும்பான்மையான குற்றங்களுக்கு அடிப்படைக்காரணமாகிறது. தவறு செய்வது மட்டும் குற்றமல்ல. தவறு செய்வதற்குக் காரணமாக இருப்பதும் குற்றம் தான். `கற்றாழை' புதினத்தில் கணவனின் பாராமுகமே செகதாம்பாள் கற்பு நெறி-யில் பிறழ்ந்ததற்குக் காரணமாகும்.

"திருமண வாழ்வில் பாலுறவுக்கு மையமான இடம் உண்டு. அது கணவன் மனைவி வாழ்வின் எல்லாப் பகுதிகளுடனும் மிக நெருங்கிய தொடர்புடையது. அவர்களது வாழ்வின் அனைத்துத் துறைகளிலும் உள்ள வலியும், நலிவும் அவர்-களது பாலுறவில் உள்ள குறைநிறைகளின் தாக்கங்கள் அவர்களது வாழ்வு முழு-வதிலும் பதிந்து படர்கின்றன"[61]

என்று தே.அல்போன்சு குறிப்பிடுகிறார். திருமணமான நாள்முதல் வீடு, வயல், சமையல் வேலைகளைச் செய்யும் இயந்திரமாக செகதாம்பாளைக் கருதிய கணவன் அவளை மனைவியாகப் பார்க்கவில்லை. தன் உள்ளவுணர்ச்சிகளை வெளிப்படுத்த இயலாமல் மனம் மறுகினாள். குழந்தையின்மையைக் காரணமாக்கி முன்பே உறவு கொண்டிருந்த பெண்ணோடு வாழலாம் என்ற கணவனின் எண்-

ணத்தை அறிந்து துன்புற்றவளை மணியார் மகன் தன் வசப்படுத்திக் கொண்டான். சில நாட்களில் மனம் மாறிய கணவன் என இருவருடன் வாழ்ந்த வாழ்க்கைக் கொடுமையை மணிமேகலையிடம் கூறுகிறாள்.

”கொடுமயா? அதயேங் கேக்குற? யாம் அப்பன் ஆயாவுக்காவயும் சாதி சனத்-துக்காவயும் இரு மனசுக் காரியா நான் இருந்து தவிச்சது சொல்லிமாளாது”[62] என்பதில் பண்பாட்டை மீறிய செகதாம்பாளின் மனம் படும் வேதனையைக் காண-முடிகிறது.

இரு குழந்தைகளுக்குத் தாயான சுமதி கற்புநெறியில் பிறழ்ந்து கணவன் உறங்-கிய பிறகு அடுத்தவீட்டு விஜயராகவனோடு கொண்ட தொடர்பால் அவனைக்-காணச் செல்கிறாள். அவன் சுமதியைத் திருமணம் செய்து கொள்ள விரும்பு-வதாகவும், அதனால் புருசன், குழந்தைகளை விடுத்து வருமாறும் கூறுகிறான். குழந்தைகளை அழைத்து வருவதாக கூறியவளிடம் அவன் மறுக்கிறான்.

“அந்த மாரிமுத்துவுக்குப் பொறந்த புள்ளைங்களுக்கு நான் அப்பாவா இருக்-கணுமா!

மாரிமுத்து பொண்டாட்டிக்கி நீங்க புருசனாருக்க மட்டும் ஆசப்படுறீங்கல்ல. அப்ப புள்ளைங்களுக்கும் அப்பாவா இருக்க வேண்டியதுதான்.

அது எப்புடி முடியும்? நான் சம்மதிக்க மாட்டன்” [63]

என்ற உரையாடலில் சுமதி அவனின் எண்ணத்தைப் புரிந்து விலகுகிறாள். கணவனுக்குச் செய்த துரோகம் நெஞ்சை உறுத்த பயத்துடன் கடவுளிடம் தன்-னைக் காப்பாற்றுமாறு வேண்டுகிறாள். சுமதி ஆசையில் கற்புப் பண்பாட்டை மீறி-னும் தாய்மை உணர்வால் ஆணின் வக்கிரப்புத்தியை உணர்ந்து விலகுகிறாள்.

காது கேட்காத, இரவில் கண் தெரியாத ராமச்சந்திரனுக்கு வறுமையின் பொருட்டு பழனியம்மாளைத் திருமணம் செய்து வைத்தனர். கணவனிடம் மனம் ஒன்றாத பழனியம்மாள் திருப்பூரில் பெற்றோரிடம் இருக்க, நடராசுவுடன் வாழ்ந்து குழந்தைகளைப் பெற்றெடுக்கிறாள். மனைவிக்காகக் காத்திருந்த முதல் கணவன் அவளைத் தேடி வந்து உண்மையறிந்த போதும் அழுதவனாக அவளை வீட்டிற்கு வருமாறு அழைக்கிறான். இருவரையும் பிரிய இயலாத பழனியம்மாள் திருச்சிக்-கும், திருப்பூருக்குமாக அலைந்து வாழ்வதாகக் கூறிய தெய்வானை ஊர்ப் பெண்-களைப் பற்றி இழிவாகப் பேசுகிறாள். அதற்கு,

“ எந்த பொம்புளையும் கெட்டுப் போவணுமுன்னு ஆசப்படுறதில்ல... பொண்ணா பொறந்த நம்மளே அநியாயம் அது இதுன்னெல்லாம் சொல்லக்கூ-டாது. அடிபட்ட பாம்பு துள்ளி துடிச்சித்தான் ஓடும். அதப்போயி தப்புங்க முடி-யுமா? கோடு குழிஞ்சிருந்தாத்தான் தண்ணி தானா ஓடும். மேடும் பள்ளமுமா இருந்தா சீராப் போவுமா? பொண்ணு கொணமும் தண்ணி கொணமும் ஒன்னும்-பாவொ எங்களூரல....

பொண்ணா பொறந்த யாராலயும் தப்பான காரியத்த எதயும் நெனக்கக்கூட முடியாது. அதனால எந்தப் பொண்ணப் பத்தியும் தப்பா பேசக்கூடாது"[64] என்ற வளர்மதியின் சொற்களின் வாயிலாகப் படைப்பாளரின் பெண்கள் குறித்த கருத்து வெளிப்படுகிறது. கண்ணகி, செகதாம்பாள், சுமதி, பழனியம்மாள், ராமாயி போன்ற பெண்கள் கற்பு நெறியில் தவறியதற்காக வருத்தப்படுவர்களாக இருக்க ஆண்கள் தங்களின் பிறழ்வை இயல்பாக எடுத்துக் கொள்வதை அறியமுடிகிறது. இருபா-லருக்கும் பொதுவான கற்பு நெறியில் ஒருவர் பிறழ்வு மேற்கொள்ளினும் குடும்ப வாழ்வு பாதிப்படைவதைப் படைப்பாளர் தெளிவுறுத்துகிறார்.

2.5. புதுயுகவிரும்பிகள்

கணவனால் நிராகரிக்கப்பட்ட பெண்களான திலகா, சென்சிலா, நிராதரவாக விடப்பட்ட கைம்பெண் சிவகாமி, கணவனின் தவறான போக்கைக் கண்டித்து பலதார மணத்தால் பிரிந்த மணிமேகலை, சத்தியா, உழைப்பைச் சுரண்டிய கூட்-டத்திடமிருந்து தப்பிய கனியா என ஒரே காலனியில் வசித்த பெண்கள் அனை-வரும் இணைந்து ஒரே வீட்டில் வசிக்க முற்படுகின்றனர்.

"ஒண்ணாவே ஆக்கி, ஒண்ணாவே சாப்புட்டு, ஒண்ணாவே இருந்தா நல்லாத்-தான் இருக்கும்....

யாம் புள்ள அனாதயா வளராம ரெண்டு பாட்டி, பெரியம்மா, சின்னம்மா, அண்ணன் அப்படின்னு எல்லாரு கூடயும் வளரட்டும்"[65]

என்ற திலகா, சென்சிலாவின் சொற்களில் உறவிற்காக ஏங்கும் பெண்களின் மனநிலை புலப்படுகிறது. இப்பெண்கள் கணவனை எதிர்த்து, ஆணாதிக்கத்தை வெறுத்து, குடும்பத்தை விட்டு வெளியேறினும் தாய்மைப் பண்போடு குழந்தைக-ளையே தங்கள் எதிர்கால வாழ்வின் பிடிப்பாக எண்ணி உழைக்கின்றனர்.

கல்வி அறிவும், பொருளாதாரத் தற்சார்பும் பெண்ணிற்கான சமூகத்தகுதியை வழங்க பெண் துணிச்சலான முடிவை எடுக்கிறாள். அதனால் பெண்ணை அடக்-கியாள முற்படும் ஆண்களை எதிர்த்து சமுதாயத்தில் பெண்கள் தனித்து வாழ முடியும் என்ற எண்ணத்தைப் புலப்படுத்தும் நோக்கோடு கற்றாழை புதினத்தின் முடிவு அமைந்துள்ளது. இப்பெண்களைப் பழமை மாறாத புதுமைவிரும்பிகள் என்று குறிப்பிடுவது பொருந்தும்.

சான்றெண்விளக்கம்

1. முனைவர் இரா. செல்வி, பெண்மையச் சிந்தனைகள், ப.5.

2. இரா.ரெங்கம்மாள், சி.வாசுகி,பெண்ணியம் அணுகுமுறைகளும் இலக்கியப்-பயன்பாடும், ப.6

3. பாரதிதாசன்,பாரதிதாசன் கவிதைகள், சஞ்சீவி பர்வதத்தின் சாரல், ப.5

4. முனைவர் ச.முத்துச்சிதம்பரம், பெண்ணியம் தோற்றமும் வளர்ச்சியும், ப.10.

5. சு.சண்முகசுந்தரம் (தொ.ஆ),பெண்ணியம், ப.17.

6. முனைவர் ச.முத்துச்சிதம்பரம், பெண்ணியம் தோற்றமும் வளர்ச்சியும், ப.46.

7. எஸ்.இராமகிருஷ்ணன் (மொ.பெ), பண்டைக்கால இந்தியா, ப.148.

8. இரா.ரெங்கம்மாள், சி.வாசுகி, பெண்ணிய அணுகுமுறைகளும் இலக்கியப் பயன்பாடும், ப.31.

9. சித்து, ம.சாலமன், பெண்ணியம் போட்ட பதியங்கள், ப.193.

10. முனைவர் இரா.செல்வி,பெண்மையச் சிந்தனைகள், ப.20.

11. அபர்ணா மகந்தா, மார்க்சியமும் பெண்ணிலை வாதமும், ப.51.

12. அறிஞர் அண்ணா, ஒரிரவு, ப.36

13. சு.தமிழ்ச்செல்வி, கற்றாழை, ப.47.

14. தேவதத்தா, கமலி, பெண்ணியம் கலைச்சொல் விளக்கக்கையேடு, ப.52.

15. அரங்கமல்லிகா, தமிழ் இலக்கியமும் பெண்ணியமும், ப.102.

16. சு.தமிழ்ச்செல்வி, கற்றாழை, ப.219.

17. மேலது, ப.160.

18. சு.தமிழ்ச்செல்வி, கண்ணகி, ப.69.

19. இரயாகரன், ஆணாதிக்கமும் சமூக ஒடுக்கமுறைகளும், ப.244.

20. சு.தமிழ்ச்செல்வி, கீதாரி, ப.112.

21. சு.தமிழ்ச்செல்வி, கண்ணகி, ப.162.

22. பரிமேலழகர் (உ.ஆ.), திருக்குறள், கு.எண்.129.

23. சு.தமிழ்ச்செல்வி, கற்றாழை, ப.155.

24. மேலது, ப.250.

25. கிருஷாங்கனி (தொ.ஆ.), பறத்தல் அதன் சுதந்திரம், ப.192.

26. சு.தமிழ்ச்செல்வி, மாணிக்கம், ப.189.

27. இரா.பிரேமா, பெண்ணிய அணுகுமுறைகள், ப.115.

28. சு.தமிழ்ச்செல்வி, கற்றாழை, ப.113.

29. மேலது, ப.116.

30. தி.பாக்கியமுத்து (ப.ஆ.), விடுதலைக்குப்பின் தமிழ்நாவல்கள், பக்.113-114.

31. சு.தமிழ்ச்செல்வி, கண்ணகி, ப.34.

32. சு.தமிழ்ச்செல்வி, கற்றாழை, ப.233.

33. சு.தமிழ்ச்செல்வி, அளம், ப.133.

34. அரங்கமல்லிகா, தமிழ் இலக்கியமும் பெண்ணியமும், ப.43.

35. சு.தமிழ்ச்செல்வி, அளம், ப.32.

36. சு.தமிழ்ச்செல்வி, கண்ணகி, ப.87.

37. சு.தமிழ்ச்செல்வி, கற்றாழை, ப.194.

38. அ.வெண்ணிலா, பெண் எழுதும் காலம், பக்.32-33.

39. சு.தமிழ்ச்செல்வி, கண்ணகி, ப.113.

40. சு. தமிழ்ச்செல்வி, கற்றாழை, ப.266.

41. சு.தமிழ்ச்செல்வி அளம், ப.239.

42. இரா.பிரேமா, பெண்ணிய அணுகுமுறைகள், ப.45.

43. சு.தமிழ்ச்செல்வி, கற்றாழை, ப.321.

44. மேலது, ப.330.

45. பாரதியார், பாரதியார் கட்டுரைகள், ப.290.

46. சு.தமிழ்ச்செல்வி, அளம், பக்.187-188.

47. க.பஞ்சாங்கம், பெண்மொழி புனைவு, ப.13.

48. சு.தமிழ்ச்செல்வி, அளம், ப.233.

49. சு.தமிழ்ச்செல்வி, கற்றாழை, ப.38.

50. ஒளவையார், வெற்றி வேற்கை, பா.எ.35

51. சு.தமிழ்ச்செல்வி, மாணிக்கம், ப.257.

52. சிவகாமி பரமசிவம், பெண்களின் உரிமைகள், ப.109.

53. சு.தமிழ்ச்செல்வி, கண்ணகி, ப.183.

54. த.இராமலிங்கம், பெண்களைப் பாதுகாக்கும் சட்டங்கள், ப.73.

55. சு.தமிழ்ச்செல்வி, கற்றாழை, ப.57.

56. இரா.பிரேமா, பெண்ணிய அணுகுமுறைகள், பக்.70-71.

57. சு.தமிழ்ச்செல்வி, அளம், ப.113.

58. சு.தமிழ்ச்செல்வி, கற்றாழை, ப.145.

59. அரங்கமல்லிகா, தமிழ் இலக்கியமும், பெண்ணியமும், ப.147.

60. சு.தமிழ்ச்செல்வி, கண்ணகி, ப.147.

61. தே.அல்போன்சு, இன்ப இல்லறம் - உளவியல் கையேடு, ப.38.

62. சு.தமிழ்ச்செல்வி, கற்றாழை, ப.140.

63. மேலது, ப.312.

64. மேலது, ப.337.

65. மேலது, ப.391.

3

உளவியல் நோக்கு

மனிதமனம் பல்வகையான நினைவுகளைத் தன்னுள் அடுக்கடுக்காகக் கொண்-டுள்ளது. இத்தகைய மனித உள்ளத்தை ஆராயும் அறிவியல் முறையே உளவிய-லாகும்.

"மனித உள்ளத்தின் உணர்வே (Human Psyche) எல்லா அறிவியல்களுக்-கும், கலைகளுக்கும் கருவறையாக விளங்குவது. எனவே அத்தகைய உள்ளத்தின் வழிமுறைகளை ஆராய்கிற உளவியல், இலக்கியம் பற்றிய ஆராய்ச்சிக்கும் ஏற்பு-டையதாக இருக்க முடியும்."[1] என்று உளவியல் அறிஞரான யுங் குறிப்பிடுகிறார். இதன்படி படைப்பாளரின் புதினங்களில் அமைந்துள்ள உளவியல் நோக்கு குறித்து இவ்வியல் ஆராய்கிறது.

உளவியல்

உளவியல் பத்தொன்பதாம் நூற்றாண்டில் தான் ஒரு தனித்துறையாக வளர்ச்சி பெறத் தொடங்கியது. அதற்குமுன் உளவியல் தத்துவத்துறையின் ஒரு பிரிவாகவே வைக்கப்பட்டிருந்தது. எனினும் உள்ளத்தைக் குறிக்கும் அகம், மனம், சித்தம், புத்தி போன்ற சொற்கள் இலக்கியங்களில் கையாளப்பட்டிருக்கின்றன.

"சைக்கி (psycho) லோகஸ் (logus) ஆகிய இரண்டு சொற்களின் கூட்-டாகச் சைக்காலஜி வழங்கப்படுகிறது. 'சைக்கி' ஆன்மாவைக் குறிக்கும் கிரேக்கச் சொல். 'லோகஸ்' என்பது அறிவு என்ற பொருளில் வரும் மற்றொரு கிரேக்கச் சொல். ஆன்மாவை ஆயும் அறிவியல் (Science of the soul) என்பதே சைக்காலஜிக்குப் பொருள்"[2]

மனிதன் தோன்றிய காலந்தொட்டு இன்று வரையிலான மனித நடத்தை பற்றிய அறிவியலே உளவியல்.மனிதன் என்பவன் அடிப்படையிலேயே ஒன்றைச் சார்ந்து வாழவேண்டிய உயிரி. மற்றொரு உயிரைச் சார்ந்து வாழும் மனிதன் தனித்தோ, பிறருடன் சேர்ந்தோ எச்சூழலில் எவ்வாறு செயல்படுகிறான் என்பதை ஆராய்வதே

உளவியல் எனலாம். உள்ளம் என்பது ஒன்றன்பின் ஒன்றாக நீரோட்டம் போல நிகழ்ச்சிகளை இணைத்து நோக்கும் உந்துசக்தி கொண்டது. இது குறித்த சிந்தனையே உளவியலாகும்.

"ஓர் உயிரிக்கும் சூழ்நிலைக்கும் உள்ள தொடர்பு காரணமாக (Interaction) ஏற்படும் நடத்தையை ஆராயும் விஞ்ஞான இயல்"3 என்று தா. ஏ. சண்முகம் உளவியலை வரையறை செய்கின்றார். அதாவது மனவுணர்வு பெற்ற மனிதனின் உள்ளம், உள்ளத் தொடர்பான செயல்கள், நிகழ்ச்சிகள், நடவடிக்கைகள் குறித்து ஆராய்வதே உளவியலாகும்.

வாழ்வில் மனிதன் மேற்கொள்ளும் ஒவ்வொரு நடவடிக்கையின் பின்னும் மனம் என்ற ஒன்று உண்டு. அதுவே மனிதனின் நடத்தையை இயக்குகிறது. சூழ்நிலைகளுக்குத் தக்கவாறு மாறும் மனத்தினால் புதிய செயல்களும் தோன்றுகிறது. மனிதனின் நடத்தையைச் செம்மைப்படுத்தும் மனம் நுட்பமான, ஆழமான பல்வேறு உணர்ச்சிகளின் பிறப்பிடமாகத் திகழ்கிறது.

உளவியலாளர்கள் மனத்தை மூலக்காரணமாக கொண்டே இயல்பு மனநிலையுடையவர்கள், பிறழ்வு மனநிலையுடையவர்கள் என உளவியல் பகுப்பாய்வை மேற்கொள்கின்றனர். கி.பி. பதினெட்டாம் நூற்றாண்டின் பிற்பகுதியில் அறிவியல் கண்ணோட்டத்தோடு வளர்ந்த உளவியலில் ஜோஹன்ஸ் முல்லர், ஜி.டி. பெக்னர் வில் ஹெம்வுண்ட், பிரான்ஸிஸ் கால்டன் போன்ற அறிஞர்கள் குறிப்பிடத்தக்கவராவர்.

இருபதாம் நூற்றாண்டில் சிக்மண்ட் ஃபிராய்டு, ஆட்லர், யூங், லக்கான் போன்ற உளவியல் மேதைகள் உளச்சிக்கலை அறிவதற்கும், குணப்படுத்துவதற்கும் பல்வேறு உளவியல் கோட்பாடுகளை வகுத்துள்ளனர்.

"மனநலம் (Mental health) பற்றி முதன்முதலில் சிந்தித்தவர் திருவள்ளுவராகத்தான் இருக்க முடியும். கிரேக்கத் தத்துவத்தில் இப்படிப்பட்ட கருத்து இருப்பதாகத் தெரியவில்லை. 'இன்பத்துள் இன்பம் விழையாதான் துன்பத்தின் துன்பம் உறுதல் இலன்' இது போன்ற சிறந்த ஆலோசனை (Counselling) வேறு இருக்க முடியாது."4 என்று திரு. கு. இரவிச்சந்திரன் குறிப்பிடுகிறார். பொதுவாக மனிதனின் நடத்தை இத்தகையதே, இவ்வாறே செயல்படும் என உறுதியாகக் குறிப்பிடவியலாது. மனித நடத்தைச் சிக்கலுக்குரியது. மனதிற்கு மனம் மாறும் எண்ணங்களினால் நடத்தையும் மாற்றதிற்குட்படுகிறது என்பதில் மாற்றுக் கருத்தில்லை.

புதினமும்உளவியலும்

"இலக்கியமும் (அறிவியலும் கூட) என்பதே மனித உள்ளத்திலிருந்து தான் தோன்றுகிறது. உளவியலோ மனிதனின் உள்நடத்தை முறைமைகளை ஆராய்வது. எனவே உளவியல், இலக்கிய ஆய்வில் இயல்பாகவே பயன்பட முடியும்."5 என்று சி.ஜி.யுங் குறிப்பிடுவதில் இலக்கியத்தில் உளவியலின் பங்கு தெளிவாகிறது.

இலக்கியம் என்பது சிந்தனை முதிர்ச்சியின் வெளிப்பாடு.படைப்பாளன் ஒரு சாதாரண மனிதனின் எண்ணங்கள், தீர்மானங்கள், செயல்கள், வாழ்வின் போக்கு போன்றவற்றின் அடிப்படையிலேயே இலக்கியத்தைத் தோற்றுவிக்கின்றான். உளவியல் என்பது மனிதனுடைய நடத்தைகளைக் காரணிகளோடு ஆராய முற்படுவது. எனவே, மனித உணர்ச்சிகளை வெளிப்படுத்தும் இலக்கியத்தில் உளவியலும் முக்கியப்பங்கு வகிப்பதை உணர முடிகிறது.

"எந்தக் கலைப்படைப்பும் உளவியலில் தான் பிறக்கிறது. உளவியலையே தன் உடலாகக் கொண்டு அமைகிறது. அதன் அடிக்கருத்து நாம் உலகத்தில் கண்டதும் கேட்டதும் போல் இருக்கிறது. அதில் கூறப்படும் அனுபவம் நம் அனுபவத்திற்கு முற்றிலும் ஒத்துவருகிறது."6 என்பதிலிருந்து இலக்கியத்தையும் உளவியலையும் தனியாகப் பிரிக்கவியலாது என்பதை அறிய முடிகிறது.புதினங்கள் சமுதாயத்துடன் தொடர்பு கொண்டிருப்பது போலவே உளவியலுடன் இயல்பாகவே தொடர்பு கொண்டிருக்கிறது.

"உளவியல் என்பது மனித நடத்தைகளை நனவிலி மனத்தோடு இணைத்துக் காண்கின்ற உளவியலின் ஒழுங்கமைவு' (system of psychology) ஆகும்"7 அதாவது புதினமாந்தர்களின் உள்ளநிகழ்வுகள் மனவெளிப்பாடுகளாகத் தோன்றினாலும் நனவிலி மனத்தின் காரணங்களை ஆராய்வது அவசியமாகிறது. புதினமாந்தர் நிலையான பண்பினராக அன்றி புதினத்தின் வளர்ச்சிக்கேற்ப, நடைமுறை வாழ்வின் இயல்பிற்கேற்ப சூழ்நிலைக்குத் தக்கவாறு மாறும் மனமுடையவராகவே சித்தரிக்கப்படுகின்றனர். உணர்ச்சிகளுக்குக் கட்டுப்படும் மனிதன் வாழ்வின் போக்கில் இன்பதுன்பச் சிக்கல்களை அனுபவிக்க உள்ளம் பல போராட்டங்களைச் சந்திக்கின்றது. இப்போராட்டங்களே அகச்சிக்கலாக, வாழ்வின் திசைமாறி புதினத்தின் போக்கில் மாற்றம் ஏற்படுகிறது.

"ஒரு நாவலில் பாத்திரச் சித்தரிப்பு என்பது ஒரு குறிப்பிட்ட வகையான நடத்தைத் தோரணையையும், அதன் ஆசைகளையும், கருத்தாக்கங்களையும் சித்தரிப்பதாகிறது."8 புதினத்தின் அமைப்பு, கதை சொல்லும் பாங்கு, தனிநபர் உள்ளம், தனிநபரின் நடத்தைகளுக்கு சமூகவியல் காரணிகள் போன்றவற்றின் வாயிலாக உளவியல் கருத்துக்கள் புதினத்தில் பொதிந்துள்ளன. அதனால் புதினத்தில் உளவியலைத் தனியாகப் புகுத்த வேண்டிய அவசியமில்லை. மனித மனங்களின் எண்ணங்கள், உயர்வுதாழ்வுகள், இலட்சியங்கள், வேட்கைகள், பலவீனங்கள் என பல்வேறுபட்ட நோக்கில் சித்தரிக்கப்படும் கதாப்பாத்திரங்களின் வாயிலாக உளவியலே வெளிப்படுகிறது.

உளநலச்சிக்கல்கள்

ஒரு தனிமனிதனைச் சுற்றியுள்ள சூழலில் நடைபெறும் நிகழ்ச்சிகள் மனதைத் தாக்கும் போது உணர்ச்சிகளில் ஒன்றிரண்டு மேலோங்க மனவெழுச்சிகள் இயல்-

பாகத் தோன்றுகின்றன.

"உள்ளத்தின் ஊனம் உடலுறுதியையும் கெடுக்கின்றது. புறவாழ்வில் நிறைவு-டையவனாக இருக்கக் குழந்தைப் பருவத்திலேயே உள்ளம் திடமானதாக இருக்க வேண்டும். உள்ளத்து உறுதியே வாழ்வின் எல்லாத் துறைகளிலும் வளமளிப்பது ஒளி தருவது. இது இல்லாததாலேயே பலவகை அச்சங்களால் ஆட்பட்டு 'நிலை கெட்ட மனிதன்' சமுதாயத்தில் உருவாகின்றான்."9 என்பதன் படி புதின மாந்தர்-களின் அடிமனதில் எழும் உணர்வுகள், சுயத்தேடல்கள், ஒடுக்குமுறைகள், மனப்-போராட்டங்கள், மன உளைச்சல்கள் போன்ற உளநலச்சிக்கல்களைப் படைப்பாள-ரின் புதினங்களில்

1. தனிமனித மதிப்புணர்வுசார் சிக்கல்கள்

2. குடும்ப மதிப்புணர்வுசார் சிக்கல்கள்

3. சமூகப்பொதுமதிப்புசார் சிக்கல்கள்

என மூவகைப்படுத்தி ஆராயலாம்.

1. தனிமனிதமதிப்புணர்வுசார்சிக்கல்கள்

மனித மனத்தின் நனவு நிலைக்கு அப்பாற்பட்டவையே நனவிலி மனம். பல அனுபவங்களை மனிதன் உள்வாங்கிக் கொள்ள அவை நாளடைவில் மறந்து போகின்றன. அந்த மறந்து போன எண்ணங்கள் உள்ளத்திலேயே பதிந்து விடும். இத்தகைய உள்ளத்தின் எண்ணங்களே நனவிலியாக உருவெடுக்கிறது. புதின-மாந்தர்களின் நடத்தைப் போக்குகளைத் துயரத்தின் வெளிப்பாடு, குற்றவுணர்ச்சி, பொறாமை, தாழ்வு மனப்பான்மைஎனப் பகுத்துக் காணலாம்.

1.1. துயரத்தின்வெளிப்பாடு

துயரம் என்பது ஏமாற்றத்தின் ஆழமான வெளிப்பாடு.மனித நிம்மதியைக் குலைக்கும் விதமான துயரச்சம்பவங்கள் நடைபெறும் போது துக்கம் தோன்றுகிறது. துயரத்தை வெளிப்படுத்தாமல் மனதிற்குள் கட்டுப்படுத்தி வைத்திருப்பதே மிகப்பெ-ரிய துயரம்.

'கற்றாழை' புதினத்தில் மணிமேகலைக்கு நிச்சயிக்கப்பட்ட சங்கரன் இறக்க, அவளைக் காணும் அனைவரும் அனுதாபப்பட்டனர். 'இவனோடு தான் வாழ்க்கை' என்ற நம்பிக்கை குலைய மணிமேகலையின் இயல்பு வாழ்க்கை பாதிக்-கப்பட்டது.மற்றவர்கள் முன்பு அழுதால் பெற்றோருக்கு அவதூறு ஏற்படுமோ? என்ற எண்ணம் மனதை வாட்டியது. அதனால், எப்போதும் இயல்பாக இருப்பதாக நடித்து இழப்பை மறைக்க வேண்டியிருந்தது. இத்துயரம் மனதை அழுத்த கார-ணமே இல்லாமல் தங்கையின் மீது கோபப்பட்டாள்.

"மணிமேகலையால் தாங்கிக் கொள்ள முடியவில்லை.மனதின் வேதனையை விடவும் அதை வெளிப்படுத்த முடியாமல் மறைக்க வேண்டியிருப்பதை நினைக்கும் போதுதான் கொடுந்துயரமாயிருந்தது அவளுக்கு. அழுது தீர்த்துக் கொள்ள வேண்-

டியவைகள் தான் இப்படி எரிச்சலாகவும் சிடுசிடுப்பாகவும் மாறியிருக்கிறது"10 என்பதில் மணிமேகலையின் துயரம் எரிச்சலாக வெளிப்படுவதை அறிய முடிகிறது. துன்பத்தைப் பகிர்ந்து கொள்வதும், அழுகையுமே துயரத்தின் வடிகால்கள்.அதுவும் மறுக்கப்பட எரிச்சல் மேலோங்குகிறது.

மணிமேகலைக்குப் பார்த்த மணமகன் செல்வராசு மதுமயக்கத்தில் தாலிகட்ட மணிமேகலை சிலையாக அமர்ந்திருந்தாள். சங்கரன், உதயகுமரன் என இரு-வரோடு திருமணச் சம்பந்தம் பேசப்பட்டு தடைப்பட பெற்றோரின் விருப்பப்படி விதிப்படி 'எதுவாயினும் நடக்கட்டும்' என்ற விரக்தியே அவளை ஊமையாக்கியது. புகுந்த வீட்டிற்குச் செல்லும் நிலையில் தந்தை தடுக்க முற்பட மணிமேகலை,

"என்னய ஊட்டவுட்டு கரயேத்தணுமுன்னு நெனச்சி கரயேத்திப் புட்டிய. அதுக்குமேல யாங் கவலப்படுறிய. இனிமே செத்தாலும் நான் அங்கெடந்துதான் சாவுவன். இஞ்ச வரமாட்டன். கோவந்தாவமுன்னு இந்த ஊட்டு வாசப்படிய மிறிக்க மாட்டன்"11 என்று வைராக்கியத்துடன் பேசுவதில் தந்தை கடமைக்காகத் திரும-ணம் செய்த மனக்கவலை மனதை வருத்துவதை உணர முடிகிறது.துயரம் மனி-தனை மேலும் பலமுள்ளவனாக மாற்றும். அத்தகைய துயரத்தின் சக்தி பெற்ற மணிமேகலை புகுந்த வீட்டின் இன்னல்களைத் தாங்கியவளாக வாழ்க்கையை எதிர்கொள்வதைக் காண முடிகிறது.

1.2 குற்றவுணர்ச்சி

மனித மனம் கடந்தகால நிகழ்ச்சிகளை எண்ணிப்பார்த்து தவறுக்கான கார-ணங்களைத் தீவிரமாக அலசுவதுண்டு. நிகழ்காலப் பிரச்சினையின் வேரைத் தேடும் மனிதனின் மனம் செய்த தவறினைச் சுட்டிக் காட்டுகிறது. அத்தருணத்தில் தோன்றும் உணர்ச்சியே குற்றவுணர்ச்சி. சூழ்நிலை மனிதனை முடிவெடுக்கத் தூண்டும் நிலையில் அவன் சிந்தித்துச் சரியான முடிவை மேற்கொள்ளுதல் அவசி-யம். இல்லையெனில் துன்பமடைவது உறுதி என்பதைப் படைப்பாளரின் 'கண்ணகி 'புதினம் எடுத்துரைக்கிறது.

கண்ணகி உடன்போக்கு மேற்கொண்டதால் பிறந்த வீட்டினரோடு உறவு இல்-லாமல் போயிற்று. கணவனின் வன்முறை, புறக்கணிப்பு, வெறுப்பு, சக்களத்திக-ளோடு சண்டை என வாழ்க்கை நரகமாக மாறியது. இத்துன்பத்திலிருந்து வெளி-யேறிய கண்ணகி பிறந்த வீட்டிற்குச் செல்ல தாய் ஏற்கமறுக்கிறாள். அன்பைக் கொட்டிய தாய், தந்தை, தாத்தா, பாட்டி என அனைத்து உறவுகளையும் வெறுத்து ஆசைத்தம்பியை விரும்பி தான் எடுத்த முடிவே இச்சூழலுக்குத் தள்ளியதை உணர்ந்து வருத்துகிறாள்.

"அப்புடி என்னதான் இருந்தது அவனிடம். புரியாத வயதில் தெரியாமல் செய்-துவிட்ட தவறு வாழ்க்கையையே வீணாக்கி விட்டதே. ஓடிய பிறகும் அதை மன்-னித்து அழைக்க வந்தார்களே.அப்போதாவது நான் அவர்களின் பேச்சைக் கேட்-

டிருக்கக் கூடாது. ஆயா என்னென்னவெல்லாம் சொல்லி கெஞ்சிக் கூப்பிட்டது”12 என்ற கண்ணகியின் எண்ணவோட்டங்களில் குற்றவுணர்ச்சி வெளிப்படுகிறது.

காதல் தோல்வி, மனைவியைப் புரிந்துகொள்ளாமை, ஒரு தொழிலை ஒழுங்காகப் பின்பற்றாமை, தீயொழுக்கங்களுக்கு ஆட்பட்டமை எனக் கடந்த கால வாழ்க்கையை முதுமைப்பருவத்தில் நினைத்துப் பார்க்கும் மாணிக்கம் குற்றவுணர்ச்சியில் சிக்கித் தவிப்பதைப் படைப்பாளர் சுட்டுகிறார்.

“எல்லாம் நம்மளாலதான், நம்ம மட்டும் சரியாயிருந்திருந்தா இன்னிக்கு இவனுக்கு இந்த நெலம வந்துருக்குமா? வாலிப வயது முதல் வாழத் தெரியாமல் அவர் வாழ்ந்த வாழ்க்கையினை நினைத்துத் தனக்குள்ளே வருத்தப்பட்டார். இப்போதெல்லாம் குற்றவுணர்வு அவரை அடிக்கடி வருத்திக் கொண்டேயிருந்தது”13 என்பதில் வாழ்க்கைப் பாதையைச் சீராக்காமல் மனம் போன போக்கில் வாழ்ந்தால் இன்று மகன் நாஞ்சியும் துன்பமடைவதாக மாணிக்கம் வருந்துவதை அறிய முடிகிறது.

குற்றவுணர்ச்சி சுயபச்சாதாபத்தைத் தோற்றுவிக்கிறது.தன்னைத் தானே இழிவுபடுத்திக் கொள்ளச் செய்கிறது. இம்மனச் சிக்கலில் சிக்கியவரின் மனம் தற்கொலை புரியும் துணிச்சலையும் தருகிறது என்பதைப் படைப்பாளர் மாணிக்கம் கதாப்பாத்திரத்தின் வாயிலாக வெளிப்படுத்துகிறார்.

1.3.பொறாமை

மனிதனின் பிறழ்வு உணர்ச்சிகளில் ஒன்று பொறாமை. மனிதநடத்தையில் பொறாமை என்பது சிக்கலான மனவெழுச்சி. தனக்குக் கிடைக்காத ஒன்று மற்றொருவருக்குக் கிடைத்து இன்பமுறுவதை ஏற்க இயலாமல் தவிக்கும் மனமே பொறாமையடைகிறது. மனத்தின் வலிமையைச் சிதைக்கக் கூடிய தீயசிந்தனை பொறாமையாகும். மனித மனத்தைப் பலவீனப்படுத்துவதில் பொறாமை தலைமை வகிக்கிறது.

“உணர்ச்சி நரம்புகளை எல்லை மீறி ஆட்டிப்படைத்து நரம்புத் தளர்ச்சியைத் தோற்றுவிப்பதில் பொறாமைக்கு நிகர் வேறு இல்லை. பொறாமை உணர்ச்சிக்கு இதயத்தைத் தீயாகச் சுட்டுப் பொசுக்கும் இயல்பு உண்டு”14 என்று உளவியலறிஞர் உரைப்பது கருதத்தக்கது.பொறாமை உணர்வு அழகு, கல்வி, வேலை, சொத்து எனப் பல காரணங்களால் ஏற்படுகிறது.

‘கற்றாழை’ புதினத்தில் பூரணம் ஐந்தாவதோடு படிப்பை நிறுத்திவிட, தங்கை மணிமேகலை பிடிவாதமாக ஆறாவது சேர்ந்து கற்பது அவளுக்குச் சற்றும் பிடிக்கவில்லை. தங்கையின் வெள்ளைச் சீருடையில் கரிபூசுதல், புத்தகத்தை யாருக்கும் தெரியாமல் எரித்தல், பள்ளிக்குக் கிளம்பும் நேரத்தில் புத்தகப்பையை ஒளித்து வைத்தல் போன்ற கீழ்த்தரமான செயல்களைச் செய்து தங்கையை அலைக்கழிப்பதில் மனம் மகிழ்ந்தாள். மேலும், மணிமேகலை பள்ளிக்குச் சென்றால் தான் வீட்-

டில் ஒரு வேலையும் செய்ய மாட்டேன் என தாயிடம் பிடிவாதமாக நின்றாள்.

"இந்த மூட்டயத் தூக்கி முதுவுல வச்சிக்கிட்டுத்தான் ராமுச்சுடும் கெடந்தியா? . . . யாம் இப்புடி பொச்செரிப்பு புடிச்சி அலயிற"15 என்ற தாயின் சொற்களுக்கு பூரணத்தின் மனம் அசைந்து கொடுக்கவில்லை. பூரணத்தின் உதவி இல்லையெனில் தாயினால் வீடு, வயல் வேலைகளைத் தனித்துச் செய்ய இயலாது. இதை உணர்ந்த பூரணத்தின் திட்டம் வெற்றியடைய மணிமேகலையின் கல்வி தடைப்பட்டது. பூரணத்திற்கு தான் கல்வியில் ஆர்வமில்லாததால் மேற்கொண்டு பள்ளிக்குச் செல்லவில்லை என்ற சுயவுணர்வு தோன்றவில்லை. மாறாக தங்கை தன்னைவிட முன்னேறி விடுவாளோ? என்ற பொறாமையுணர்வே மேலோங்கியது. கல்வியின்மையால் மணிமேகலையின் வாழ்வு சிதைவுற்றதற்குப் பூரணத்தின் மனச்சிக்கலே காரணமாகிறது. சிறுமிப் பருவத்தில் கல்வி, திருமணப் பருவத்தில் ஆடை, ஆபரணங்கள், நடுத்தரப் பருவத்தில் மகளின் நடத்தை ஒப்பீடு எனப் பூரணத்தின் பொறாமை தொடர்கிறது. இளம்வயதில் ஏற்பட்ட பொறாமை எண்ணம் அழியாமல் நாளுக்குநாள் வளர்ந்து உறவில் விரிசலை உருவாக்கும் என்பதைப் படைப்பாளர் பூரணத்தின் வாயிலாக வெளிப்படுத்துகிறார்.

'கீதாரி' புதினத்தில் சாம்பசிவத்தின் மனைவி தன் குழந்தைகள் சரியாக படிக்காததால் அனாதையான சிவப்பியும் கல்வி கற்க வேண்டாம் என முடிவெடுப்பதில் பொறாமையுணர்வே மேலோங்கியது புலனாகிறது. மற்றவரை விட தான் உயர வேண்டும் என்ற எண்ணம் இல்லாமல் மற்றவரைத் தாழ்த்துவதில் சிந்தனையை உருவாக்கும் பொறாமையுணர்வு மனித நடத்தையில் பிறழ்வு ஏற்படுத்துகிறது.

1.4. தாழ்வுமனப்பான்மை

தாழ்வு மனப்பான்மையை ஆங்கிலத்தில் ஐகேநசடிசவல ஊடிஅயீடநஷ என்பர். இச்சொல்லை இங்கிலாந்து நாட்டைச் சேர்ந்த 'ஆல்பிரட் ஆட்லர்' என்ற உளவியலறிஞர் வழக்கிற்குக் கொணர்ந்தார்.

தாழ்வு மனப்பான்மை உடையோர் மற்றவர்களை உயர்ந்தவர் என்றும், திறமையானவர் என்றும் கருதி பிறரை உயர்த்தி தம்மை தாழ்த்திக் கொள்ளும் இயல்பினர். தம்மிடமுள்ள உழைப்பு, சக்தி, திறமை, துணிச்சல், அன்பு, பண்பு போன்ற நற்குணங்களைச் சரிவர உணராமல் பிறரைக் கண்டு ஏங்கி தாழ்வு மனப்பான்மையில் சிக்கி மனவேதனைக்கு உள்ளாவர்.

"தான், தன் முனைப்பு ஆகியவற்றோடு தொடர்புடைய அடக்கி வைக்கப்பட்ட தன்மான உணர்ச்சித் தொகுதியின் விளைவே தாழ்வு மனப்பான்மை"16 என்று உளவியலார் தாழ்வுமனச்சிக்கலைக் குறிப்பிடுகின்றார்.உடற்குறை, வறுமை, குடும்பச்சூழல், அறிவுத்திறன் போன்ற பலநிலைகளில் தாழ்வு மனப்பான்மை ஏற்பட வாய்ப்புண்டு. இவ்வகையில் 'அளம்' புதினத்தில் வடிவு கறுப்புநிறமாக இருப்பதால் மனச்சிக்கலுக்கு ஆளாகிறாள். தந்தையே மகளின் நிறத்தைக் கண்டு வெறுப்படை-

வதாகவும், நெற்றியில் பொட்டு வைத்தால் தெரியாது என்று கேலி செய்வதிலும் நிறத்திற்கு முக்கியத்துவம் தரும் சமூகத்தின் போக்கு புலனாகிறது. கருப்புநிறத்தைக் காரணம் காட்டி தன்னைத் தவிர்க்கும் மாப்பிள்ளை வீட்டாரின் இழிசொற்களைக் கேட்ட வடிவு,

"பெரியப்பா என்னயவிடக் கருப்பாயிருக்குற சம்மந்தமாயிருந்தா அழச்சிட்டு வாங்க, இல்லன்னா வுட்டுருங்க. நா இப்புடியே இருந்திட்டுப் போறங்"[17] என்பதில் தாழ்வுமனச்சிக்கலால் பாதிப்புற்ற பெண்ணின் மனநிலையை உணர முடிகிறது. பிறப்பு முதல் திருமணம் வரை அனைவராலும் நிற அடிப்படையில் வெறுத்து ஒதுக்கப்பட்ட வடிவின் மனம் தாழ்வு மனப்பான்மையோடு, அச்சத்திற்கும் ஆளாக நேரிடுகிறது. தாழ்வு மனச்சிக்கலில் உள்ள மனம் வசைகூற, அது அச்சத்திற்கு வழிகோலுகிறது.

சிறுமிப்பருவத்தில் வடிவு பெரியப்பா மகள்களுடன் விளையாட மாமன் முறை கோவிந்தன் பரிகாசம் செய்து கொஞ்சுவான். அவ்வாறு பெரியப்பா மகள்களுடன் விளையாடி வடிவைத் தவிர்ப்பது அவளை வேதனைப்படுத்தியதால் 'பாம்பு கடிக்-கட்டும்' என மனதிற்குள் கூறுவாள். திடிரென கோவிந்தன் இறக்க தன் சாபமே பலித்ததாக அஞ்சினாள்.

"நம்ம வுட்ட வாசப்பாலதாங் கோவிந்துமாமா செத்துப்பெயிட்டு என்று பயந்-தாள். 'நம்மாலதாங் அந்த மாமா செத்துப் பெயிட்டுங்குறத்த யாராவது கண்டு-புடிச்சிடுவாவொளா?' என்று கலங்கினாள். . . . . நம்ம அம்மாவுக்குத் தெரிஞ்சிப் பெயிட்டுன்னா நம்மள கொன்னு போட்டுடுமே' என் பலவாறாக நினைத்து பயந்-துபோய் நின்றாள்."[18] என்பதில் வடிவின் மனம் உளைச்சலுக்கு உள்ளானது வெளிப்படுகிறது. கோவிந்தனின் மரணத்திற்கான காரணம் என்ன? என்பதை அறி-யத் தோன்றாமல் குழப்பத்திலிருந்த மனம் தாழ்வு மனப்பான்மையால் அச்சத்தில் சிக்குவதை அறிய முடிகிறது.

மனிதன் தனியாக வாழ்பவன் அல்லன். குழுவாக இணைந்து வாழ்பவன். குடும்பம் என்ற அமைப்பை விரும்புபவன். மனிதனின் தனி உணர்ச்சிகள் அவனோடு அழிவதில்லை. அவனுடைய இன்ப, துன்ப உணர்ச்சிகள் குடும்ப அங்கத்தினரையும் பாதிப்பதால் குடும்ப மதிப்புணர்வுசார் சிக்கல்கள் குறித்து ஆராய்வது அவசியமாகிறது.

2. குடும்பமதிப்புணர்வுசார்சிக்கல்கள்

"ஆண் ஒருவனும் பெண் ஒருத்தியும் சமூகத்தால் அங்கீகரிக்கப்பட்ட அவர்-களுடைய குழந்தைகளும் அடங்கிய குழுவே குடும்பம் ஆகும்"[19] என்பதன்படி சமூகத்தின் அடிப்படை அமைப்பான குடும்பமே உறவுகள் இணையும் இடமாகும். ஒருவரோடு ஒருவர் மகிழ்ச்சியைப் பகிர்ந்து கொள்ள, துக்கத்தில் தோள் கொடுக்க, தவறைச் சுட்டிக் காட்டித் திருத்தும் நெருக்கம் மிகுந்தது. குடும்பத்தில் உறவு-

களையும், அவர்களின் உணர்ச்சிகளையும் அனுசரித்துச் செல்வது அவசியம். காலம், இடம், சூழலுக்குத் தக்கபடி மாறும் உறவுகளின் உணர்ச்சிகளால் மனிதன் உளச்சிக்கலுக்குட்படுகிறான். புதினங்களில் இக்குடும்பச்சிக்கல்களை அன்பின்மை, தாய்மையுணர்வு, உறவுச்சிக்கல்கள் எனப் பகுத்துக் காணலாம்.

2.1. அன்பின்மை

"குடும்பவாழ்வு ஒர் அன்புப்பயணம். இருகைகளின் அன்புப்பிடிப்பு, இரு இதயங்களின் இணைந்த துடிப்பு, இருபார்வைகளின் பாசப்பிணைப்பு, இரு உள்-ளங்களின்-உடல்களின் அன்புக் கலப்பு எனத் தொடரும் உறவுதான் திருமணம். இவ்வாறு ஈருயிர்கள் அன்பால் ஒன்றாகின்றன. இன்னோர் உயிரை ஈன்று ஆளாக்குகின்றன. இந்த வாழ்வுச் சங்கமத்தின் வளரும் காவியமே இல்லறம்"20 என்று தே. அல்போன்சு குறிப்பிடுகிறார்.

இல்லறவாழ்வின் ஆதி முதல் அந்தம் வரை மையம் கொண்டிருப்பது அன்பு. பரிமாற்றத்தின் முகவரியே அன்பு. அன்பு செய்வது மட்டும் மகிழ்ச்சியளிக்காது. அன்பு செய்யப் பெறுகிறோம் என்பதும் இணைந்தால் தான் மகிழ்ச்சி கிட்டும். மனிதவாழ்வில் மகிழ்ச்சியே உயர்ந்தது. என் இன்பம், துன்பம், பிரச்சினைகள், பயம் என அனைத்தையும் பகிர்ந்து கொள்ள வாழ்க்கைத்துணை ஒருவர் என்னு-டன் இணைந்து பயணிக்கிறார் என்பதே வாழ்வில் மகிழ்ச்சியை இரட்டிப்பாக்குகி-றது. இத்தகைய அன்பான வாழ்க்கையை 'ஆறுகாட்டுத்துறை' புதினத்தில் சவரி-முத்து, ஆரோக்கியமேரி தம்பதியினர் வாழ்கின்றனர்.

"சாவிலும் கூட ஒருவரை ஒருவர் பிரியவில்லை என்றால் எவ்வளவு உண்-மையான நேசம் அவர்களுக்குள் இருந்திருக்கும் என்று நினைத்து எத்தனையோ நாள் வியந்திருக்கிறாள். அப்படிப்பட்டதொரு பிணைப்பு இவ்வுலகத்தில் உள்ள அத்தனை ஜோடி ஆண், பெண்ணுக்கும் இடையே இருந்தால் உலகம் எவ்வளவு சந்தோசம் மிக்கதாக இருக்கும். அப்படி இருந்தால் மட்டும்தான் வாழ்க்கை அர்த்-தப்படும்"21 என்று சமுத்திரவல்லி மாமனார், மாமியாரின் இல்லற வாழ்வு குறித்து சிந்திப்பதன் வாயிலாக படைப்பாளர் இல்லற வாழ்க்கையின் அடிநாதமான அன்-பின் அர்த்தத்தைப் புலப்படுத்துகிறார்.இல்லறத்தில் விட்டுக்கொடுத்தல், சகிப்புத்-தன்மை, பொறுமை, ஆலோசனை வழங்குதல், வேலைப்பங்கீடு, உதவிபுரிதல், மதிப்பளித்தல் போன்ற அனைத்திற்கும் ஆதாரம் அன்பு. இவ்வன்பின்மையால் வாழ்வில் ஏமாற்றமும், துயரத்தின் உச்சத்தில் வைராக்கியமும் தோன்றுகிறது.

2.1.1. ஏமாற்றம்

'மனைவி சுயமாகச் சிந்திக்கத் தெரியாதவள். தனியாகத் தீர்மானம் எடுக்க இயலாதவள். பலவீனமானவள்' என கருதும் கணவன் மனைவியை அதிகாரத்தால் அடக்கியாள முற்படுகிறான். இவ்வாதிக்கவுணர்வுடைய கணவனிடம் எதிர்பார்த்த அன்பு கிடைக்காததால் மனைவி ஏமாற்றமடைகிறாள்.

'மாணிக்கம்' புதினத்தில் செல்லாயி நாற்பத்தைந்து நாட்கள் குழந்தையுடன் கணவன் வாங்கிய நிலத்தில் வீடுகட்டி மகிழ்ச்சியுடன் வாழலாம் எனக் கனவுடன் கிளம்புகிறாள்.ஆனால் செல்லும் பாதையின் மாற்றமறிந்து எங்கு செல்கிறோம்? என்றவளுக்குப் பேச்சுரிமை மறுக்கப்பட்டது.கணவன் எங்கு செல்கிறான்? என்ன தொழில் புரிகிறான்? வீட்டிற்கு எப்போது வருவான்? என கணவனின் நடவடிக்-கைகள் குறித்து அறியாத செல்லாயி அவனுக்காகக் காத்திருப்பதிலேயே நாட்க-ளைக் கழித்தாள்.

"அவன் எப்போதாவது வரும்போது கூட அவனிடமிருந்து அவளுக்குப் பெரி-தாய் என்ன ஆறுதல் கிடைத்தது. அவளை அவன் ஒரு பொருட்டாகவே நினைப்பதில்லை. . .

எல்லாம் யாந்தலயெழுத்து. என்னன்னல்லாம் அனுபவிக்கணும்முன்னு யாந்த-லயில எழுதியிருக்கோ தெரியலயே"22 என்பதில் தன்னை ஒரு உயிரியாக மதிக்-காத கணவனிடம் அன்பு கிடைக்காது என்ற உண்மை புலப்பட, 'விதிப்படி நடக்-கட்டும்' என ஏமாற்றத்தில் புலம்புகிறாள்.

2.1.2. வைராக்கியம்

குறிப்பிட்ட ஒரு செயலில் தீர்க்கமான சிந்தனையுடன் மனதில் உறுதியும், துணிச்சலும் உருவெடுக்க வைராக்கியம் தோன்றுகிறது. 'கற்றாழை' புதினத்தில் நெறிபிறழ்வுகளின் உருவமான செல்வராசுவின் மூர்க்கத்தனத்தால் மணிமேகலை உடலாலும் மனத்தாலும் பாதிப்படைகிறாள்.

மணிமேகலையின் கருச்சிதைவிற்குக் கணவனின் வன்முறையே காரணம் என்-பதை அவள் யாருக்கும் தெரிவிக்கவில்லை. அதனால் எந்தப் பயனுமில்லை. செல்வராசு என்றும் நல்லவனாக மாறப்போவதில்லை என கருதினாள். துயரமிக்க தன் வாழ்க்கையை யாராலும் மாற்ற முடியாது என்ற எண்ணம் மேலோங்கியது.

"முள்மரங்கள் அடர்ந்த வனத்திற்குள் விடப்பட்டுவிட்டோம்.எந்தப் பக்கம் போனாலும் கூரிய முட்கள் குத்திக்கிழிக்கவே செய்யும்.விழுந்தாலும் முள்ளில்தான் விழவேண்டும். நடந்தாலும் முள்மீதுதான் நடக்க வேண்டும். தெம்பிருக்கும் வரை நடந்து பார்ப்போம். யாருடைய துணையும் வேண்டாம் என்று நினைத்தாள். ஐந்த-ரையடி உயரமுள்ள மணிமேகலை மலையளவு வைராக்கியம் மனதில் கொண்டவ-ளாயிருந்தாள்."23 என்பதில் வாழ்க்கைப் போராட்டத்தை எதிர்கொள்ளும் துணிச்-சல் பெற்ற மணிமேகலையின் மனத்தை அறிய முடிகிறது.

முதல் குழந்தை கருவில் அழிய, இரண்டாம் குழந்தை பிறந்த ஒருவாரத்தி-லேயே நோய் கண்டு இறந்தது. அதனால் மூன்றாவதாகப் பெண் குழந்தையைப் பெற்றெடுத்த மணிமேகலை குழந்தையைக் காப்பாற்றும்படி மாரியம்மனுக்குத் தத்-துக் கொடுப்பதாக முடிவெடுத்தாள். அதற்கு பாக்கியம் புகுந்த வீட்டாரிடம் தெரி-விக்குமாறு கூற, மணிமேகலை குழந்தைக்குத் தானே முழுபொறுப்பு என்பதால்

யாரிடமும் அனுமதி கேட்கமாட்டேன் என உறுதிபூண்டாள்.

கணவன் அன்பின்மையால் மனைவியின் விருப்பத்திற்கு முக்கியத்துவம் கொடுக்காமல், உயிரியாகக் கருதாமல், அடிமைப்படுத்த ஒரு கட்டத்தில் விழிப்பு-ணர்வு அடையும் பெண் கணவனை எதிர்க்கத் துணிகிறாள். திருமணமான நாள் முதல் கணவனிடம் அடிபணிந்து சுயத்தை இழந்த மணிமேகலை, தன் வாழ்க்கை-யின் பிடிப்பாகக் கருதிய குழந்தை தொடர்பான ஒவ்வொரு செயலும், யாருடைய தலையீடுமின்றி தன்விருப்பப்படி நடக்க வேண்டும் என முடிவெடுக்கிறாள். தந்-தைக்கும் பிள்ளையிடம் உரிமையுண்டு என பாக்கியம் அறிவுறுத்த,

"நாஞ் சாவுறன்னாக் கொட நெத்தில பத்து போட்டுவுடாது. இதுதான் புள்ள-மேல பாசம் வைக்கப் போவுதா. ஆளப்பாத்தா தெரியாது. இன்னமும் அத நம்பச் சொல்லுறியா? இத நம்பியெல்லாம் நாம் புள்ளப் பெத்துக்கிடல தெரிஞ்சிக்க"24 என்ற மணிமேகலையின் சொற்களில் அன்பின்மை தோற்றுவித்த வைராக்கியம் வெளிப்படுகிறது.

குடும்பத்தில் தனக்கு அன்பும், மதிப்பும் கிடைக்காததால் பெண் மனம் துயரத்-தில் சோர்வுறுகிறது. காலப்போக்கில் தினந்தோறும் அனுபவித்த வலி, வேதனை, இயலாமை தந்த துணிச்சலால் வைராக்கியம் உருவெடுக்கிறது. இவ்வைராக்கியமே மணிமேகலை குழந்தை வளர்ப்பில் எடுக்கும் முடிவிற்கு ஆதாரமாக இருப்பதை அறிய முடிகிறது.

2.2.தாய்மையுணர்வு

"தாய்மை, சமுதாயப்பூர்வமாக ஒப்புக் கொள்ளக்கூடிய உயிரியல் சார்ந்த இயல்பாகும். இதனாலேயே பெண் தன் பிறப்பின் மேன்மையால் நேரடியாகச் சமு-தாயத்துடன் தொடர்பு கொண்டவளாகின்றாள். அவள் தான் ஏற்கும் கருவுக்கு முழுபொறுப்பேற்று தனது அனைத்துச் சாரங்களையும் அதற்கு ஊட்டி உலகில் அவ்வுயிர் கண்விழிக்கச் செய்கிறாள். இந்தப்பேறு அவள் உடலியலை மட்டும் சார்ந்ததாக இல்லை.உளம் சார்ந்தும், எய்தும் வளர்ச்சியும், மலர்ச்சியுமே தாய்மைப் பண்பாகக் கணிக்கின்றன"25 என்று தாய்மைக்கு இராஜம்கிருஷ்ணன் விளக்கம் அளிக்கிறார்.

தாய்மைப்பேறு புனிதமானது. இளந்தலைமுறையினரைச் சமூகத்திற்கு வழங்கும் ஒப்பற்ற வரம். ஒவ்வொரு பெண்ணும் தாய்மையில் பூரணத்துவமடைகிறாள். கணவனின் ஆதரவு இருப்பினும், இல்லையாயினும் குழந்தையை நன்கு வளர்த்து ஆளாக்குவதில் முழுப்பொறுப்புடையவளாக தாய் செயல்படுகிறாள். இன்ப, துன்-பம் கடந்து எதிர்கால வாழ்க்கையின் பிடிப்பாகக் குழந்தையை எண்ணிச் சீராட்டு-வதாகப் படைப்பாளரின் பெண் கதாபாத்திரங்கள் அமைந்துள்ளன.

ஒரு பெண்ணிற்குப் பல்வகையான உறவுகள் இருப்பினும் குழந்தை பிறந்ததும் அனைத்துறவுமே பின்னுக்குத் தள்ளப்படுவதைக் 'கற்றாழை' புதினத்தில் மணிமே-

கலை பாத்திரம் வெளிப்படுத்துகிறது.

"யாஞ் செல்வமே, நீ நல்லா வளரணும். எனக்கு சொந்தபந்தமெல்லாம் சொல்-லிக்கிடந்தான் இருக்கு. தோளுக்குத் தொணயா யாருமில்ல மவளே. ஒன்னயத்-தான் நான் மலயா நம்புறன். ஒந்தொண இருந்தா போரும் எனக்கு. யாந்தங்கமே நீ நூறு வருசம் நல்லா இருக்கணும். ஒன்னயப் பாத்துக்கிட்டே யாங் கண்ண நான் மூடணும். யாந்தங்கமே... யாஞ் செல்லமே... சிங்காரத்தேரே"26 என்பதில் குழந்-தையைத் தவிர வேறு எதுவும் முக்கியமில்லை என்ற தாய்ப்பாசம் புலனாகின்றது.

மகள் சத்தியாவின் வாழ்க்கை சீராக அமைய வேண்டுமென்று மணிமேகலை பரிதவிக்கிறாள். திருமணப் பருவமுற்ற சத்தியா வாடியக்காட்டு நந்தகுமாரை விரும்புவது அறிந்து மனம் நொந்தாள். வாடியக்காட்டில் திருமணம் செய்தால் தன்னைப்போல் மகள் வாழ்க்கையும் சீரழியும் என்று பயந்து மகள் மனம்மாற, இறைவனிடம் மன்றாடினாள். எனினும் சத்தியாவின் பிடிவாதத்தால் அவள் விருப்-பப்படியே திருமணத்தை நடத்தினாள்.

"பெத்து வளத்ததுக்கு அர்த்தமில்லாமல் பொயிட்டு பாத்தியா. இவ்வள நாளும் நாம்பட்ட கஷ்டத்துக்கு கண்ட பலன் இதுதான்.ஒரு நிமிசத்துல தூசிமேரி என்னயத் தூக்கி வீசிப்புட்டு அதோட சொந்தஞ்சோலிய தேடிக்கிட்டு. நாந்தேவயில்லாம பெயிட்டன். இனிமே நான் என்னத்துக்காவ இருக்கணும் சொல்லு"27 என்பதில் பல இன்னல்களைக் கடந்து வளர்த்த மகள் தன் விருப்பத்திற்கு முக்கியத்துவம் அளிக்கவில்லையே என்ற விரக்தி வெளிப்படுகிறது. எனினும் மகளுக்காக வைராக்கியத்தைக் கைவிட்டதில் தாய்மை மிளிர்கிறது.

படைப்பாளரின் புதினங்களில் தாய்மை உணர்வைஏக்கம், மனவடக்கமும் ஒடுக்கமும், மனமுறிவு, வெறுப்பும் தவிப்பும் எனப் பகுத்துக்காணலாம்.

2.2.1. ஏக்கம்

மனதில் வித்தாகத் தோன்றிய ஆசை பல நாட்களாகியும் நிறைவேறாமல் உறுத்திக்கொண்டிருக்க, அது ஏக்கத்தைத் தோற்றுவிக்கிறது. பெண் பூரணத்துவம் அடையும் தாய்மை தள்ளிப்போக மனம் குழந்தைக்காக ஏங்குகிறது. பெண் இல்-லையேல் புவியில் உயிரினச்சுழற்சி இயக்கம் அறுபட்டுவிடும். இப்புவியின் உயி-ரினத்திற்கு ஆதாரமாக விளங்கும் பெண்ணிடத்தில் எக்குறைபாடும் இல்லாமல் ஆணிடத்தில் பிரச்சனையிருப்பினும் அப்பெண்ணே மலடிப்பட்டத்தைச் சுமந்து குழந்தைக்காக ஏங்குவதைப் படைப்பாளர் 'கற்றாழை' புதினத்தில் குறிப்பிடுகிறார்.

திருமணத்திற்கு முன்பே குடும்பக்கட்டுப்பாடு செய்து கொண்ட பாண்டுரங்கன் உண்மையை மறைத்து சிவகாமியைத் திருமணம் புரிகிறான். குழந்தைக்கான சிகிச்-சையை சிவகாமி மேற்கொள்ளும் போதும் தன் நிலையை உரைக்கவில்லை. மலடிப்பட்டத்தைச் சுமந்த சிவகாமி கணவனையும் சிகிச்சைக்கு அழைக்க, நச்ச-ரிப்பு தாங்காமல் யாரிடமும் உரைக்கக் கூடாது என சத்தியம் பெற்றுக்கொண்டு

உண்மையைக் கூறுகிறான்.

"'ஒனக்குப் பொங்கிபோட ஒரு பொட்டச்சி தானடாவேணும், அதுக்கு ஒன் ஆத்தா போறாதாடா. எங்கயோ இருந்த என் வாழ்க்கைய எதுக்குடா பாழாக்குன. ஒனக்கு என்ன பாவம்டா நான் பண்ணுனன். சொல்லுடா. . .'தன் கனவுகளில் தவழ்ந்து விளையாடிய குழந்தைகள் கருக்கொள்வதற்கு முன்பாகவே சூனியத்தில் புதைக்கப்பட்டு விட்டதை அறிந்து அவள் மனதும், உடலும் துடித்தது. வயிறு பற்றி எரிந்தது."28 சிவகாமி தன் ஆசை இறுதிவரை நிறைவேறாமல் ஏக்கமாகத் துன்-புறுத்துவதை உணர்ந்து மனமொடிகிறாள். ஆனால் பாண்டுரங்கனோ தன் குறை-யறிந்த மனைவி அலட்சியப்படுத்துவாள் என்ற குற்றவுணர்ச்சியில் வன்முறையைக் கையாள்கிறான். இறுதிவரை கணவனிடத்தில் பிரச்சினை உள்ளதை வெளிப்படுத்தி தன் மலடிப்பட்டத்தை நீக்காதவளாக, குழந்தைக்காக ஏங்குபவளாகவே படைக்-கப்பட்டிருக்கிறாள். இம்மன அழுத்தமே மற்றவரிடம் இயல்பாகப் பழக முடியாமல் சிவகாமியைத் தனிமைப்படுத்துகிறது.

மகப்பேறு என்னும் மகத்தான வாய்ப்பை இயற்கை பெண்ணுக்கு வழங்கியுள்-ளது. ஒரு கருவை உடலில் பத்துத் திங்களாகச் சுமந்து, ஈன்றெடுத்து, பாலூட்டி சீராட்டி வளர்க்கும் பெண், குழந்தையின் வரவை எதிர்நோக்கியே இருப்பாள். எனினும் ஊழின் வசத்தால் தாய்மை தாமதமடையவோ, கிடைக்காததற்கோ பெண் மட்டுமே காரணம் என ஒதுக்கும் ஆணாதிக்கப்பண்பு எதிர்க்கத்தக்கதுடன் மனச்-சிக்கலையும் தோற்றுவிக்கும் என்பதைப் படைப்பாளர் வலியுறுத்துகிறார்.

2.2.2.மனவடக்கமும்ஒடுக்கமும்

மனிதர்கள் மனதில் பல சோகங்கள் நிறைந்திருப்பினும் அவற்றை வெளிக்-காட்டாமல் மனதிற்குள் அடக்குவதும் ஒடுக்குவதும் உண்டு.

"தொல்லை தரும் உள்துடிப்புகளையும், நினைவுகளையும் திட்டமிட்டு உணர்ந்து கவனத்தின் களத்தினின்று அகற்றுவதை அடக்குதல் என்றும், அவற்றை முயற்சி இன்றி இயல்பாக நனவுநிலையினின்று நீக்கப்படுவதை ஒடுக்கு-தல்"29 என்றும் பெசன்ட் கிரீப்பர் ராஜ் குறிப்பிடுகிறார். ஒரு பெண் தனது வாழ்க்-கையின் ஆதாரத்தை நிலைநிறுத்திக்கொள்ள ஒரு குழந்தையைப் பெற்றெடுத்தல் அவசியம். அதிலும் ஆண்குழந்தையைப் பெற்றெடுப்பது முக்கியமென ஆணாதிக்-கச் சமுதாயம் வலியுறுத்துகிறது.

'ஆறுகாட்டுத்துறை' புதினத்தில் சாமுவேல் தன்னை நினைத்து குழந்தை பெற்-றால் ஆணாகத்தான் இருக்கும்.பெண் குழந்தை வேண்டாம் என உரைக்கிறான். ஆத்திரத்திலும், அவமானத்திலும் துடித்த சமுத்திரவல்லியின் மனம் குழந்தை பெண்ணாகத்தான் இருக்கும் என நம்பியதால் ஒருகணம் குழந்தையை அழிக்க-லாமா? என கருதுகிறாள். ஆனால், இது நாட்டாரின் குலவாரிசு என்ற எண்ண-மும், தாய்மைப் பண்பும் தோன்ற மனம்மாறுகிறாள்.

"இனியும் சாமுவேல் பேசியதைப் பற்றி நாம் யோசிக்கவே கூடாது. அதைப்-
பற்றி நினைக்க நினைக்க நம் வயிற்றில் இருக்கும் குழந்தைமேல் வெறுப்பு கூடிக்
கொண்டே போய்விடும். இனியொருமுறை இந்தக் குழந்தையை அழிப்பது பற்றி
நாம் யோசிக்கவே கூடாது என நினைத்தாள்"30 என்ற சிந்தனையில் மனதைத்
துன்புறுத்தும் நினைவுகளை அடக்க முற்படுவது வெளிப்படுகிறது.கணவனின்
வார்த்தைச்சாடலுக்கு பயப்படினும், வருத்தப்படினும் குழந்தையின் மீதிருந்த
அன்பே வெற்றிபெற்றது. சமுத்திரவல்லி தாய்மைக்காக மகப்பேறை எண்ணி
மகிழ்ச்சியுறும் வேளையிலும், கணவனின் போக்கால் மனம் நொந்து உள்ளம்
ஒடுங்குவதை அறிய முடிகிறது.

2.2.3.மனமுறிவு

மனித மனம் எவர் மேல் அதிகப்பற்று வைத்துள்ளதோ அவரின் இழப்பையும்
பிரிவையும் ஏற்க முடியாமல் தவிக்க, அதுவே மனமுறிவுக்கு வழிகோலுகிறது.
'மாணிக்கம்' புதினத்தில் மகளின் உயிரிழப்பை ஏற்கவியலாத செல்லாயி மனம்
சிதைவுறுகிறாள். தாய், உடன்பிறந்தோரின் அதிகமான பாசத்திற்குரிய 'சின்னது'
விளையாட்டின்போது குளத்தில் மூழ்கி உயிரிழந்தது. இச்செய்தியறிந்ததும் மயங்கிய
செல்லாயி கண்திறப்பதற்கு முன்பே சின்னதுவை அளத்தில் புதைத்தனர். இத்து-
யரத்திலிருந்து விடுபட்டு நடமாட செல்லாயிக்கு ஒருவருடமானது.அதன்பின்னும்
நினைக்கும் போதெல்லாம் அளத்திற்குச் சென்று மகளைப் புதைத்த இடத்தைக்
கண்டு அழுவாள்.

"'யாந்தங்கமே! மண்ணோட மண்ணாயிட்டியா' என்று அவளைப் புதைத்த
இடத்திலிருந்து மண்ணையள்ளி கையில் வைத்துக்கொண்டு ஏக்கமாய் பார்ப்பாள்.
வயிறு எரியும். அந்த மண்ணை அப்படியே அவள் நெஞ்சிலும் வயிற்றிலும் பூசிக்-
கொள்வாள். சொர... சொரவெனப் பற்றியெரியும் பெற்ற வயிறு மண்ணைப் பூசி-
யதும் கொஞ்சம் குளுமையடைவதைப் போலிருக்கும்"31 என்பதில் பெற்றெடுத்த
குழந்தையின் மரணம் தாயின் மனதைப் பாதிப்பது புலனாகிறது.

காலவோட்டத்தில் குடும்பத்தைக் கவனித்த செல்லாயியின் மனதில் சின்ன-
துவின் எண்ணம் மட்டும் நீங்கவேயில்லை. புதைத்த இடத்திலிருந்த அளத்து
மண்ணை வீட்டில் வைத்து அதை குழந்தையாக எண்ணிப் பார்ப்பாள். 'அளத்தில்
புதைத்த பிள்ளைகள் நள்ளிரவில் விளையாடுவார்கள். ஆனால், யார் கண்ணுக்-
கும் தெரியமாட்டார்கள்' என்ற காசியம்மாளின் சொல்லைக்கேட்டு சின்னதுவைக்
காண அளத்திற்குச் சென்றாள். இருபது பிள்ளைகளின் குரல்கேட்க தன்மகளின்
குரலை இனம்காணமுடியாமல் தவித்தாள். எப்படியேனும் பார்ப்பது என காத்தி-
ருந்தவேளையில் முதுகின் பின்புறம் குழந்தையின் 'வாள்' எனும் சத்தம் கேட்டு
பயத்தில் நடுங்கியவளாக ஓட இருமுறை விழுந்து எழுந்தாள். தாயன்பால், பிள்-
ளையைக் காணும் உந்துதலால் மனம் அக்குரலைக் கேட்டதற்கு மகளின் நினை-

வுகளில் மூழ்கிய மனச்சிதைவே காரணமாகிறது.

"திடிரென ஒருவரின் மரணத்தால் ஏற்படும் அதிர்ச்சியும், ஏதாவது ஒரு தோல்-வியால் ஏற்படும் கவலை, வெட்கம், குற்றவுணர்வு, பயம், பதற்றமும், தன்னைப் பற்றிச் சரியாக உணர்ந்து கொள்ளாத நிலையும், மனநோய் வருவதற்குத் தூண்டு-கோல்களாக அமையலாம்"32 என்ற கூற்றின்படி மகளின் மரணத்தால் மனநோ-யுற்ற செல்லாயி மரணப்படுக்கையில் விழுந்ததில் தாய்மைவுணர்வு புலப்படுகிறது.

2.2.4.வெறுப்பும்தவிப்பும்

திருமணத்திற்குப் பின் பெண்ணிற்குக் கணவனின் அன்புதான் ஆக்கத்தையும், ஊக்கத்தையும் தருவதாகும். கணவனின் அன்பின்மை பெண்ணிற்கு வாழ்க்கை-யைச் சுமையாக்கிவிடும். கணவன்மீது கொண்ட வெறுப்பால் குழந்தைப்பிறப்பு வேண்டாம் என்று கூறும் பெண்ணின் மனநிலையைக் 'கண்ணகி' புதினத்தில் காணமுடிகிறது.

கண்ணகி இருமுறை கருவுற்றும் கணவனின் வன்முறையால் குறைப்பிரசவத்-தில் குழந்தை இறந்தே பிறக்கிறது. கணவனின் பலதாரமணம், தீயொழுக்கங்களால் மனம்வெறுத்த கண்ணகி குழந்தையின் சடலத்தை எவ்வித உணர்ச்சியும் இல்லா-மல் பார்க்கிறாள். தெய்வத்தின் அருளால் குழந்தை உருவாகட்டும் என்ற சின்ன-வெடையிடம் கண்ணகி,

"இவன் பேருசொல்ல புள்ள பெத்த குடுத்துருவனா நான். கள்ளிப்பால் குடிச்-சாவுது கருவுலயே அழிச்சிடமாட்டன்"33 என்பதில் தாய்மையடிபட்டு வெறுப்பு மேலோங்குகிறது. இன்று கணவனிடம் அடிபெற்றால் நாளை மகனிடம் அடிபெற வேண்டுமே தவிர, தாய்மையில் வேறென்ன உண்டு எனக் கேட்பதில் விரக்தி வெளிப்படுகிறது. எனினும் மொடவன் முழுக்கு முழுகினால் குழந்தை நல்லபடியாக பிறக்குமா? என கேட்பதில் கண்ணகியால் தாய்மையை முழுமையாக வெறுக்க இயலவில்லை என்பதை உணர முடிகிறது.

"ஒரேநேரத்தில் நிறைவுற இயலாததும், ஒன்றற்கொன்று தனித்தனியானதுமான செயல்நோக்கமும், ஊக்கமும் உள்ளத்தில் இருப்பதனால் விளைவதே உள்ளப்-போராட்டம்"34 என்பதன்படி கண்ணகி இருவேறான எண்ணங்களில் உள்ளப் போராட்டத்தில் சிக்கித்தவிக்கிறாள்.திவ்யநாதனின் வஞ்சகத்தால் குழந்தையை அனாதை ஆசிரமத்தில் விடுவதாக முடிவெடுத்திருப்பினும் குழந்தையைப் பிரி-யழமுடியாமல் கதறி அழுகிறாள்.கண்ணகி அன்சாருடனான நிம்மதியான வாழ்க்-கையைக் கைவிட மகன் மீது கொண்ட அன்பே காரணமாகிறது. முதலில் குழந்தையை வெறுக்கும் மனம் மகனைக் கண்டவுடன் பாசத்திற்கு தவிப்பதாகப் படைப்பாளர் சித்தரித்துள்ளது குறிப்பிடத்தக்கது. ஏனெனில் ஒவ்வொரு பெண்ணி-டமும் தாய்மைக்குணம் உண்டு என்பதில் மாற்றுக்கருத்தில்லை.

தங்கத்தாச்சி, செல்லாயி (மாணிக்கம்), இருளாயி, கரிச்சா (கீதாரி), சுந்தராம்-பாள், இராசாம்பாள் (அளம்), கண்ணகி (கண்ணகி), பூங்காவனம், சமுத்திரவல்லி (ஆறுகாட்டுத்துறை), பாக்கியம், மணிமேகலை, சத்தியா, திலகா, சென்சிலா (கற்றாழை) எனப் புதினங்களில் பெண் கதாப்பாத்திரங்கள் தாயன்போடு மிளிர்கின்றன.

2.3.உறவுச்சிக்கல்கள்

மனிதன் ஒருவரோடு ஒருவர் இணைந்து வாழ ஏற்படுத்திக் கொள்ளும் பிணைப்பு தான் உறவாகும். உறவின் தொடக்கம் ஆணும் பெண்ணும் இணைந்து குடும்பமாக வாழ முற்படும் போது தொடங்குகிறது.

"குடும்பமே மானுட சமுதாயத்தின் அடிப்படை அலகு ஆகும். மனிதன் ஒரு-வனுக்கு அவன் பிறப்பு முதல் இறப்புவரை உயிரியல், உளவியல், வாழ்வியல் சார்ந்த தொடர்புகளை ஏற்படுத்தித் தருவது குடும்பமே ஆகும்."35 என்ற சீ.பக்-தவத்சலாபாரதியின் கூற்று குறிப்பிடத்தக்கதாகும். குடும்ப உறவுகளில் சிறுபிணக்கு ஏற்படினும் வாழ்வு சீர்குலைய மனிதமனம் உளவியல் சிக்கலுக்குள்ளாகிறது.

உறவு என்பது ஆணுக்கும், பெண்ணுக்கும் பொதுவானது எனினும் பெண்-ணுக்கே நெருங்கிய தொடர்புடையதாக இருக்கிறது. குடும்ப உறவுகளைச் சிதைக்-காமல் ஒன்று சேர்ப்பவளும், சிதைப்பவளும் பெண்ணாகவே இருக்கின்றாள். படைப்பாளரின் புதினங்களில் உறவுச்சிக்கல்களைக் கணவன்-மனைவி உறவுச்சிக்-கல்கள், மாமியார் - மருமகள் உறவுச்சிக்கல்கள், தாய் —— மகன் உறவுச்சிக்கல்-கள் என்ற பகுப்பின் வழி ஆராயலாம்.

2.3.1.கணவன் - மனைவிஉறவுச்சிக்கல்கள்

குடும்பம் என்ற நிறுவனத்தில் ஆணும், பெண்ணும் கணவன் மனைவி என்ற பங்குநிலையை மேற்கொள்கின்றனர். ஒருவருக்கொருவர் சமவுரிமை தராமல் ஆதிக்கத்தைச் செலுத்தும் போது தோன்றும் சிக்கல் குடும்பத்தையே தகர்க்கக்கூ-டியது.

"சமுதாயத்தில் மனிதர்கள் குடும்பம் குடும்பமாகத் தழைத்து வளர வேண்-டுமானால் கணவன் மனைவிக்குள் உள்ள உறவு வலிமைமிக்கதாக இருக்க வேண்டும். வாழ்க்கையில் ஏற்படும் பலவித இன்னல்களையும் தாங்கக்கூடியதாக இருக்க வேண்டும். சோதனைகள் மிகுந்த காதல் பாதை இது. குடும்பங்களின் கட்டுக்கோப்பு குலைந்து விட்டால் பிறகு சமுதாயமே சீரழிந்துவிடும்"36 என்ற அகிலனின் கூற்று நினைவிற் கொள்ளத்தக்கது. படைப்பாளரின் புதினங்களில் கணவன், மனைவி உறவுச்சிக்கலுக்குத் துரோகமும் ஏமாற்றமும், மனவுறுத்தல், வஞ்சம் தீர்த்தல் போன்றவை காரணங்களாக அமைந்துள்ளன.

கணவன், மனைவி உறவில் ஒருவர் மற்றொருவர் மீது அன்பு கொள்வதுடன் அன்பை வெளிப்படுத்துவதும் இன்றியமையாதது. ஒருவரை ஒருவர் அனுசரித்து விட்டுக் கொடுத்து, பாசத்தைப் பகிர்ந்து வாழ சிக்கல் தோன்றாது. கணவனின்

அன்பின்மை, பொறுப்பின்மை, பலதாரமணம் போன்ற காரணங்களால் கணவன் மனைவிக்குத் துரோகம் இழைக்க மனைவி இல்லறவாழ்வில் ஏமாற்றமடைகிறாள். 'ஆறுகாட்டுத்துறை' புதினத்தில் சமுத்திரவல்லி காதலுக்காக வீட்டைவிட்டு வெளி-யேறி கோவிலில் காத்திருந்த வேளையில் சிந்திக்கிறாள்.

"அவன் மீது நமக்கிருக்கும் அன்பும் ஆசையும் அவனுக்கும் நம்மீது இருந்தி-ருந்தால் தெரிந்த நேரம் ஓடி வந்திருக்க மாட்டானா? நான் எடுத்த முடிவு தவறு-தான் என்றாலும் அதில் அவனும் பங்கெடுத்துக் கொண்டு என்னைக் காப்பாற்றி இருக்க மாட்டானா? முழு அவமானத்தையும் நானே அனுபவிக்கும்படி இப்படி கைவிட்டு விட்டானே. இது என்ன தந்திரம். என் நம்பிக்கைக்குச் செய்த துரோ-கமில்லையா?"37 என்று சமுத்திரவல்லி சிந்திப்பதில் எதிர்கால வாழ்வு குறித்த பயமே வெளிப்படுகிறது. திருமணத்திற்கு பின் மனைவியின் அன்பை விட சமூ-கத்தில் தனக்கு மதிப்பில்லை என்ற தாழ்வு மனப்பான்மை மேலோங்க சாமுவேல் அன்புமிக்கவனாகவும், வெறுப்பாகவும் என இரு வேறு மனிதர்களாக செயல்-பட்டான்.பெண் குழந்தை பிறந்தால் தானும் நாட்டாரைப் போல தலைகுனிய வேண்டியிருக்கும் என்றதுடன் வீட்டைவிட்டு வெளியேறி, என்னுடன் உறவாடி-யது நீயே என்று மனைவியை இழிவுபடுத்துவதில் இல்லறவாழ்வின் அடிநாத-மான நம்பிக்கை அழிய சாமுவேலின் வக்கிரப்புத்தி வெளிப்படுகிறது. நாட்டார் மருமகன் என்ற பெருமையோடு பொருளாதாரத்தில் உயர்ந்தவனாக வாழலாம் என்ற ஆழ்மன ஆசை நிறைவேறாததால் சாமுவேல் மனைவியின் நம்பிக்கைக்குத் துரோகம் இழைக்கிறான்.

குடும்பச் சிதைவிற்கு வழிவகுக்கும் கணவனின் மறுமணத்திற்குக் குழந்தை-யின்மை, மிகுதியான பாலுறவு நாட்டம், மனைவி மீது வெறுப்பு, சொத்து போன்ற பல காரணங்கள் சமுதாயத்தில் காணப்படுகின்றன. படைப்பாளரின் கண்ணகி, கற்-றாழை, அளம் போன்ற புதினங்களில் மறுமணத்திற்குக் காரணமாக மிகுதியான பாலுறவு நாட்டம் மட்டுமே இடம்பெறுகிறது.

"மனவளர்ச்சி அடையாத இளம்பருவத்தில் இருக்கும் ஓர் ஆணோ, அன்றிப் பெண்ணோ தன் எதிர்பாலரைக் காணும் போது, தன் உள்ளத்தில் ஏற்படும் சலனத்தைக் காதல் என எண்ணி ஏமாறுவதே அறியாப்பருவத்தில் எழும் போலிக்-காதலின் தன்மையாகும்."38 என்ற க. அருணாச்சலத்தின் கருத்துப்படி கண்ண-கிக்கு ஆசைத்தம்பியிடம் தோன்றிய ஈர்ப்பால் அவளுடைய வாழ்க்கைப் பாதையே சிதைவுறுகிறது. முதலில் இருந்தே ஆசைத்தம்பி பாலுறவில் நாட்டத்தை அதிகம் காட்டி பல இடங்களிலும் உறவு கொள்வது கண்ணகிக்குப் பிடிக்கவில்லை.

"இருட்டுன்னும் பாக்காமெ முள்ளுன்னும் பாக்காமெ பாம்புமேல பாம்பு கெடக்-குற இந்த மரத்தடிக்கு இட்டாந்து என்ன படுக்கச் சொல்றியே.நீ நெசமாவே எம்-மேல ஆசப்பட்டுதான் இட்டாந்தியா?இல்ல கடுப்புக்கு கையப்புடிச்சி இழுத்தாங்-

தியா? இனுமே என்னால கண்ட எடத்துல எல்லாம் படுக்க முடியாது. என்ன வுட்டுடு. நான் எங்கப்பன் ஊட்ட பொயிக்கிறன்" 39 என்பதில் கண்ணகியின் உடல் வேதனையைவிட ஏமாற்றமே மேலோங்குவது புலனாகிறது.

கணவன் தன்னை விடுத்து மற்றொரு பெண்ணுடன் குடும்பம் நடத்துவது மனைவிக்கு மிகப்பெரும் துக்கம். இவ்வலி இயலாமை, கவலை, ஏமாற்றமே 'கற்றாழை' புதினத்தில் மணிமேகலையை உளப் போராட்டத்திற்கு உள்ளாக்குகிறது.

"அந்த நொண்டிய வச்சி எவ்வள பொறுப்பா குடும்பம் பண்ணுறாவொ? வேல வெட்டிக்கு அனுப்புறாவொளா? கஷ்டம் நஷ்டமுன்னு பட்டினி போடுறாவொளா? தாம் மட்டுமே சம்பாரிச்சிக் கொண்டாந்து போடல... யாங்கொட ஒரு நாளாவது நல்ல குடும்பம் பண்ணியிருப்பவொளா? நான் மட்டும் என்ன பாவத்த செஞ்சன்"40 என்பதில் கணவனை இழந்த ஏமாற்றமே வெளிப்படுகிறது. இந்த உணர்ச்சியே மணிமேகலையை இறுதிவரை கணவனை நாடாமல் வைராக்கியத்துடன் வாழ வைக்கிறது.

இல்லறத்தின் அடிநாதமான நம்பிக்கையில் துரோகம் ஏற்படின் மனம் மிகப்பெரும் வேதனையடைகிறது. 'அளம்' புதினத்தில் 'உடலில் இரத்தமே ஓடவில்லை. முகத்தில் சவக்களை தெரிகிறது' என்ற கணவனின் சொற்களைக் கேட்ட இராசாம்பாள் கணவன் அக்கறையில் உரைப்பதாகக் கருதினாள். அவன் மறுமணம் செய்ததை அறிந்ததும் குழந்தைகளுடன் கணவனை விட்டு விலகுகிறாள்.

தாலி என்பது புனிதமான மங்கல அணிகலன். ஆனால் உறவிற்கு மதிப்பு இருக்கும் வரையே தாலிக்கும் மதிப்புண்டு. உறவில் துரோகம் ஏற்படின் பெண்ணுக்குத் தாலி கழுத்தை இறுக்கும் கயிறாகிறது. இராசாம்பாள்,கண்ணகிகதாப்பாத்திரங்கள் தாலியை வெறுப்புடன் கழற்றுவதில் தங்கள் கணவனை வெறுத்து ஒதுக்கியதை உலகிற்கு உணர்த்த முற்படுகின்றனர் என்றே கருதத் தோன்றுகிறது.

கணவன், மனைவியரில் ஒருவர் உயிரிழக்க, தனித்து விடப்பட்ட மற்றொருவர் எதிர்கால வாழ்க்கைக்கு அனுசரணை, பாதுகாப்பு கருதி மறுமணம் செய்வதில் தவறில்லை. ஆனால் படைப்பாளரின் புதினங்களில் ஆண்கள் விருப்பத்தின் பொருட்டு மறுமணம் புரிந்து இன்புறுகின்றனர். கணவனின் உயிரிழப்பால், உறவினரின் வலியுறுத்தலால் மறுமணம் புரியும் பெண் மனவறுத்தலால் துன்புறுகிறாள்.

'ஆறுகாட்டுத்துறை' புதினத்தில் கடலுக்குள் சென்ற சாமுவேல் நான்கான்டுகளாகியும் திரும்பாதநிலையில் நான்கு வயது மகளுடைய சமுத்திரவல்லிக்கு மறுமணம் பேசப்படுகிறது. இவள் கணவனின் தம்பி அருள்தாசை படிக்கவைத்ததால் அவன் அரசுப்பணியில் சேர்கிறான்.தனக்காக பாடுபட்ட சமுத்திரவல்லியையும், மகள் பூவழகியையும் பிரியும் மனமில்லாமல் அவளைத் திருமணம் செய்ய முடிவெடுக்கிறான். சமுத்திரவல்லி மறுத்த போதும் பெற்றோர், அருள்தாசு, ஊர்மக்களின் வற்புறுத்தலால் திருமணம் நடக்கிறது. சாமுவேலைச் சுமந்த நெஞ்சில்

அன்று முதல் அருள்தாசையும் சுமக்க ஆரம்பித்தாள். மணவாழ்க்கை மகிழ்ச்சி-யைத் தர சமுத்திரவல்லி கர்ப்பமுற்றிருந்தாள்.

"ஊருக்காகவும் அம்மா, அப்பா, தங்கலெட்சுமிக்காகதான் நான் மாலையிட்-டேன் என்று இதற்கு மேலும் அவளால் எப்படி பொய் சொல்ல முடியும்? அவர்க-ளின் சந்தோசமான வாழ்க்கைக்குச் சாட்சியாக இன்னும் இரண்டு மாதத்தில் மகன் பிறந்துவிடப் போகிறான்... அதைப்பார்த்து ஊரும் உலகமும் என்ன நினைக்குமோ என நினைத்து சில நேரம் சோர்வடைவாள். யார் என்ன சொன்னாலும் சொல்லி-விட்டுப் போகட்டும். என் மனமறிந்து எந்தத் தவறையும் நான் செய்யவில்லை."41 என்ற சமுத்திரவல்லியின் மனவோட்டத்தில் மகிழ்ச்சியான வாழ்க்கை அமைந்தா-லும் சமூகத்திற்குப் பயப்படும் ஒரு மனவுறுத்தல் இருப்பது புலனாகிறது.

மகன் சாமுவேலை ஒத்து இருப்பதாகவும், அவன் நினைவை மறக்க முடியா-மலும் தவித்தாள். அருள்தாசிடம் அன்பு இருப்பினும் கண்ணில் தைத்த முள்-ளாக சாமுவேலின் நினைப்பு நீங்கவில்லை என வருந்துவதில் பெண்ணின் மனம் கடந்தகால வாழ்வை எளிதில் மறக்காது என்பது தெளிவுறுகிறது. மனக்குழப்-பத்தைத் தவிர்க்க வியாபாரத்தில் கவனம் செலுத்தத் தொடங்கினாள். திடீரென ஒருநாள் சாமுவேல் வீட்டிற்கு வர , மகிழ்ச்சியடைந்த சமுத்திரவல்லி சூழ்நிலை புரிந்து செய்வதறியாது திகைக்கிறாள். இனி என்ன நடக்கும்? என்றும், தனக்-காகவும், பூவழகிக்காகவும் வாழ்க்கையை வீணாக்கிக் கொண்ட அருள்தாசுக்கு ஆபத்து ஏற்படக்கூடாது என்றும் சிந்தித்துமனவுறுத்தலால் தவிக்கிறாள். முதலில் அண்ணனைக் கண்டு மகிழும் அருள்தாசு மனைவி, குழந்தைகளை இழக்கவிய-லுமா? அண்ணனின் நிலை என அவனும் பரிதவித்து, அண்ணனின் வருகையில் பொறாமை, வெறுப்பு ஏற்பட்டு மனவுறுத்தல் அடைகிறான். வாழ்வில் குழப்பம் ஏற்படும் ஒரு கட்டத்தில் மனம் தான் செய்தது சரியா? தவறா? எனக் குழம்பி உறுத்தலில் சிக்கித் தவிப்பதைப் படைப்பாளர் இப்புதினத்தில் சிறப்பாகப் புலப்ப-டுத்துகிறார்.

"ஒரு கணவன் பல மனைவியர் எனும் இல்லறம் பெண்ணடிமைத்தனத்தின் தெளிவான ஒரு புலப்பாடு. பெண்களது இணையான மாண்பையும் சம உரிமை-யையும் மறுத்து அவர்களை ஆண்களின் உடைமைகளாக, போகப் பொருட்க-ளாகக் கருதும் ஆணாதிக்கக் கண்ணோக்கின் பண்பாட்டின் இயல்பான விளை-வும் வெளிப்பாடுமே இது"42 என்று தே. அல்போன்சு குறிப்பிடுகிறார். வாழ்க்கைத் துணையைத் தெரிவு செய்வதற்கும், பாலியல் சிந்தனைகளுக்கு அடிபணிவதற்கும் உள்ள வேற்றுமையினை அறிய இயலாத பெண்ணாகவே சித்தரிக்கப்பட்டிருக்கும் கண்ணகி கணவனின் தகாத செயல்களால் வஞ்சம் தீர்க்கும் நிலைக்குத் தள்ளப்-படுகிறாள்..

''கண்ணகியின் மனதில் குரோதம் கொழுந்துவிட்டு எரியும். ஆசைத்தம்பியின் நாற்றம் வீசும் தூரத்தில் நிற்க்கூட அவளுக்குப் பிடிக்கவில்லை. நாளுக்கு நாள் அவன் மீதான வெறுப்பும் குரோதமும் வளர்ந்து கொண்டேயிருந்தது. அவனை வீழ்த்துவது எப்போது, எவ்வாறு அழ வைப்பது என்று யோசித்தாள். அவன் வருந்தி துடிதுடித்து அழுவதை கண்குளிர பார்க்க வேண்டும் என்றும் ஆசைப்பட்-டாள். சதாகாலமும் அவனைப் பழிவாங்குவது குறித்தே யோசித்துக் கொண்டிருக்க வேண்டியதாகி விட்டதே என்று அவ்வப்போது வருத்தமாகவும் இருந்தது. ''43 என்பதில் கண்ணகியின் மனம் பழிவாங்கும் எண்ணத்தில் செயல்படுவது தெளிவுறு-கிறது. ஆசைத்தம்பியை அழவைக்க எந்த விஷயமும் இல்லையே! பெரிய அரக்-கனைப் போல காலடியில் போட்டு சருகாக தன்னை நொறுக்கிவிட்டு மீசையை முறுக்குபவனை எவ்வாறு வீழ்த்த முடியும்? என்று பழிவாங்கும் எண்ணத்தில் சிக்-கிய கண்ணகி கணவனைப் பிரிவதாக முடிவெடுக்கிறாள்.

''கோவலனையும் அவனது சூழலே கெடுத்தது. பரத்தமையால் புழுத்துப்போன சமுதாயத்தில் பிறந்து வளர்ந்தான் கோவலன். அறிவின் உரம் பெறாத அவன் அந்தச் சூழலால் இழுக்குற்றான்''44 என்ற எஸ். இராமகிருஷ்ணனின் கருத்துப்படி கணவனின் நடத்தையைக் கண்ட கண்ணகி கணவனை எதிர்க்கும் நோக்கில் வேறு ஆடவனோடு தன்னை இணைத்துப் பார்க்கிறாள்.

கடற்கரையில் குறவனைக் காண இவன் தனக்கு வாழ்வு அளிக்க மாட்டானா? என நினைத்தவுடன், எந்தப் பெண்ணும் கணவனை விட்டுக் கொடுக்க விரும்ப மாட்டாள் என குறத்தியைக் குறித்துச் சிந்திக்கிறாள். ஒவ்வொரு பெண்ணும் தன் கணவன் தனக்கு மட்டுமே உரிமையானவனாக இருக்க வேண்டும் என்ற உடைமை உணர்வுடன் இருப்பாள் என்ற கருத்தைப் படைப்பாளர் புலப்படுத்துகிறார். தனித்து நின்றவளிடம் திவ்யநாதன் ஆதரவுக்கரம் நீட்ட கண்ணகி பாதுகாப்பாகக் கருது-கிறாள். ஆனால் அவனும் வஞ்சகம் புரிய, குழந்தையை ஆசிரமத்தில் விட்டு வேலைக்காக சிங்கப்பூர் செல்கிறாள்.

''எல்லா ஆண்களும் இப்படித்தான் இருப்பார்களா? ஏதோ ஒன்று நம்மிடம் அவர்களுக்கு தேவையாய் இருக்கிறது.தேவைப்படும் வரை என்னென்னவோ சொல்கிறார்கள். ஏதோதோ செய்கிறார்கள். அவர்களின் தேவை முடிந்து போய்-விட்டால் உன்னை கண்டது யார் கேட்டது யார் என்ற விதமாக மாறிப்போய் விடுகிறார்கள். எப்படி முடிகிறது இவர்களால்''45 என்னும் கண்ணகியின் அகத்-தனிமொழி ஆணாதிக்க வர்க்கம் பெண்ணை வஞ்சித்து ஏமாற்றுவதைப் புலப்படுத்-துகிறது.

சிங்கப்பூரில் அன்சாரின் இச்சைக்கு அடிபணிய நேரிடினும் கண்ணகியின் உணர்வுகளுக்கு அவன் மதிப்பளித்து மனைவி போல் நடத்த மனம் மகிழ்ந்தாள். ஆசைத்தம்பி நாடு திரும்புமாறு கெஞ்சியதில் கணவனின் ஆதிக்கத்தை நொறுக்-

கியதாக கருதி கண்ணகியின் மனச்சிக்கலுக்கு தீர்வு கிடைத்தது. மீண்டும் ஆசைத்தம்பி கண்ணகியைக் கடுஞ்சொற்களால் துன்புறுத்தியதுடன் இறக்கும் தருவாயில் தான் இறந்தபிறகு பத்தினியாக வாழ வேண்டும் எனச் சத்தியம் பெறுகிறான். மகனின் புறக்கணிப்பு, ஆண் சமூகத்தின் வஞ்சகம் மனதை வருத்திய நிலையில், அவளுக்கு மதிப்பளித்த அன்சாரைக் காண விரும்பும் துணிச்சலான பாத்திரமாக கண்ணகி சித்தரிக்கப்பட்டிருக்கின்றாள்.

"நான் பதிமூணு வயசில அறியாபுள்ளயா அவம் பின்னாடி வந்தப்ப கூட என்ன பாவமேன்னு நெனைச்சிப் பாக்காம ஏகப்பட்ட துரோகம் பண்ணின எம்புருசன் அவன் செத்தபிறகும் நான் பத்தினியா இருந்து அவம்பேர காப்பாத்தணுமுன்னு சாவக்குள்ளகூட சத்தியம் வாங்கிக்கிட்டு சாவுறான்... என்ன ஒரு பொட்டச்சியா நெனச்சி புரிஞ்சி நடந்துக்கிட்ட நல்ல மனுசன் அவன். அவரு மொகத்த நான் இப்பக்கூட பாக்காம ஒட்டன்னா வேற எப்ப பாக்கறது"46 என்ற கண்ணகியின் சொற்கள் தன்னை மதித்தவனை நாடுவதாக இருக்கிறது. பண்பாட்டின் மாற்றமாக, சமுதாய மரபைக் கடந்து நிற்கும் இந்த நவீனக் கண்ணகி ஆணாதிக்கச் சமூகத்தைச் சாடுபவளாகவும், பெண் சமூகத்தில் அசைவை ஏற்படுத்துபவளாகவும் விளங்குகிறாள். தவறான முடிவு, குற்றவுணர்ச்சி, தாழ்வு மனப்பான்மை, போராடும் திறமின்மை, வஞ்சம் தீர்த்தல் என பல்வேறு உணர்வுகளில் மனஅலைச்சலுக்கு ஆளான கண்ணகி ஆண் சமுதாயம் இழைத்த இன்னல்களைக் கடந்து வெற்றி பெற்றதாகப் புதினம் அமைகிறது.

'ஆறுகாட்டுத்துறை' புதினத்தில் மனைவியின் மறுமணம் அறிந்த சாமுவேல் தன் உரிமையை நிலைநாட்டுவதாக எண்ணி அருள்தாசை அடித்து விரட்ட அவனும், மகனும் வேறு ஊரில் தங்குகின்றனர். வஞ்சம் தீர்க்கும் எண்ணமுடைய சாமுவேல் நள்ளிரவில் சமுத்திரவல்லியிடம் அன்புமொழிகள் உரைத்து கடலுக்குள் அழைத்துச் சென்று, கடலில் தள்ளி கொல்லப் போவதாக உரைக்கிறான்.

"ஆசப்பட்டு கட்டிக்கிட்டவன் என்ன ஆனான்னுகூட தெரிஞ்சிக்கிடாம அவசரஅவசரமா யாந்தம்பிய கட்டிக்கிட்டு ஆம்பளப்புள்ள பெத்தியில்ல. அதுக்காவத்தான்.ஒம்மேல எவ்வளவு நம்பிக்க வச்சிருந்தன்... செஞ்சத்தப்ப ஒத்துக்கிட்டு ஒங்கூட நல்லபடியா வாழணுமுன்னு எவ்வளவு ஆச ஆசயா ஓடிவந்தன்"47 என்பதில் ஆற்றாமையும், வக்கிரப்புத்தியும் வெளிப்படுகிறது. சமுத்திரவல்லி ஒருமுறை குழந்தைகளைக் கண்டுவிட்டு உயிர்துறப்பதாக கெஞ்ச அவன் மனமிரங்கவில்லை. திடீரென சாமுவேல் கடலில்விழ, சமுத்திரவல்லி சிலநிமிட மனப்போராட்டத்திற்குப்பின் அவனை விடுத்து, கரையை நோக்கி கட்டுமரத்தைத் திருப்புகிறாள்.

உயிருக்குயிராய் காதலித்து கைப்பிடித்த கணவனின் சுயஉருவம் அறிந்தும், அனாதையாக தவித்தும், மறுமணத்திற்கு பின்பும் சாமுவேலின் மீதிருந்த அன்பு குறையாத சமுத்திரவல்லியின் இம்முடிவிற்கு பல நாட்களாக அனுபவித்த மனப்-

போராட்டமும், நம்பவைத்து ஏமாற்றிய நயவஞ்சகமுமே காரணமாக இருக்கிறது. 'தற்கொல்லியை முற்கொல்லல்' என்பதற்கிணங்க கணவனைக் காப்பாற்றினால் மீண்டும் தன்னைக் கொல்ல முயற்சிப்பானோ? என்ற பயத்தினாலும் சமுத்திரவல்லி இத்தீர்மானத்தை மேற்கொண்டதாகத் தோன்றுகிறது.

மனைவி, மகளை இழந்தோம் என்ற வேதனையைவிட சமுத்திரவல்லி, அருள்தாசு என இருவரும் துரோகம் செய்ததாகச் சாமுவேல் கருதுகிறான். சுய-நலமிக்க சாமுவேல் நாட்டார், ஊர்மக்கள், அருள்தாசு போன்றவரின் மீதிருக்கும் வஞ்சத்தைத் தீர்க்க மனைவியைக் கொல்வதாக உரைப்பதில் குரோதமே வெளிப்-படுகிறது. நிலையற்ற மனதால் சாமுவேல் தானும் துன்பமடைந்து உடனிருப்பவ-ரையும் வேதனைக்குட்படுத்தியதாக இக்கதாப்பாத்திரம் சித்தரிக்கப்பட்டுள்ளது.

2.3.2. மாமியார் — மருமகள் உறவுச்சிக்கல்கள்

நம் சமுதாய அமைப்பில் மாமியார், மருமகள் உறவு என்பது சிக்கல்மிக்க உறவாகும். பொதுவாக மாமியார் தன் மருமகளைக் கொடுமைப்படுத்துபவளாகவும், கண்டிப்புமிக்கவளாகவும், அடிமைப் படுத்துபவளாகவும் விளங்குகிறாள். வீட்டின் பொறுப்பில் மருமகள் பங்குகொள்ள தன்னிலை தாழ்ந்துவிடுமோ என்ற அச்சமே இதற்குக் காரணமாகிறது.

"திருமணம் உணர்ச்சி வேகத்தை மட்டுமே அடிப்படையாகக் கொண்டதல்ல. சமூக மரபுகள், பெற்றவர்களின் மனப்போக்குகள், அவர்களின் வசதி வாய்ப்புகள் போன்றவற்றையும் பொறுத்தே அமைய வேண்டியதாயிருக்கிறது"48 என்ற சிவ-சங்கரியின் கருத்து இங்கு நோக்கத்தக்கது. உடைமைப்பண்புடைய (Possessive Nature) பெண் மாமியார் என்ற பங்குநிலையில் (Role play) ஆதிக்கவுணர்-வினைச் செலுத்த முற்படுவதை புதினங்கள் எடுத்துரைக்கின்றன.

'மாணிக்கம்' புதினத்தில் கேழ்வரகு அரைத்ததும் வாயைக் கொப்பளிக்குமாறு கூறி உண்டதைச் சோதித்தல், அனைவரும் பருகிய காப்பிக் கோப்பையில் நீர் ஊற்றிக் கழுவி அருந்தக் கொடுத்தல், வீட்டைக் கொளுத்தியதாகப் பழிபோடுதல், கணவனுக்கு உணவு பரிமாற அனுமதிக்காதல், நடத்தையில் பழிகூறல் என தங்-கத்தாச்சியின் பல தாக்குதல்களிலும் செல்லாயி மனம் துவண்டுபோகிறாள். இத்த-கைய கொடுமைகளைச் செய்த தங்கத்தாச்சி இறுதிக்காலத்தில் படுக்கையில் விழ, கணவனைப் பெற்றவள் என்று செல்லாயி பணிவிடை செய்கிறாள்.

மாமியாரிடம் பல இன்னல்களை அனுபவித்த செல்லாயி ஒருநாள் மாமியாராக தன் மருமகளின் குறைகளைச் சுட்டும் பெண்ணாகவே சித்தரிக்கப்பட்டிருக்கிறாள். தன் மாமியாரின் கெடுபிடியைப் பின்பற்றவில்லை எனினும் மாமியார் என்ற பங்-குநிலையை நிலைநிறுத்திக்கொள்ள செல்லாயியும் போராடுவது புலனாகிறது.

திருமணத்திற்குப் பின் மகனின் தீயபழக்கம் தொடர அதனை மருமகளின் இயலாமையாகக் கருதி, மாமியார் மருமகளைக் குறைகூறி வருத்துகின்ற நிலையை

'கற்றாழை' புதினம் எடுத்துரைக்கிறது. பிள்ளைகளைப் பெற்றெடுத்து சமூகத்தில் நல்மனிதனாக உருவாக்குவது பெற்றோரின் தலையாய கடமை.இக்கடமையில் தவறிய மாமணி மகனின் நெறிபிறழ்வுகளை மருமகள் திருத்தவில்லையெனக் கடிந்துரைக்கிறாள். வயதானத் தங்கள் சம்பாத்தியத்தில் இருவரும் உண்ணுவதாக சுடுசொற்களைப் பேசும் மாமியாரிடம், மணிமேகலை ஒருவேளை மட்டுமே உணவுண்டு உயிர்வாழ்கிறாள். தோப்பு மட்டைகளை விற்று குடித்துவிட்டு வந்த மகனைத் தட்டிக்கேட்காத தாய் மருமகளிடம்,

"படுத்துக்கிற்றதுக்கு மட்டும் புருசன் இருந்துட்டாப் போருமுன்னு நெனக்கிற நீ. வேற என்ன கேப்ப? என்ன செய்யறிய? ஏது செய்யறியன்னு ஒரு நாளாவது நீ கேட்டுருக்குறியா? கண்டிக்கிறியா"49 என்று இகழ்ந்துபேச மணிமேகலை மனம் வெறுக்கிறாள்.

'கண்ணகி' புதினத்தில் ஆசைத்தம்பி விருப்பப்பட்டு திருமணம் செய்த கண்ணகியை வீட்டிற்குள் அனுமதிக்காத நாகம்மாள் நாளடைவில் அவள் உழைப்பு குடும்பப் பொருளாதாரத்தை நிறைவுசெய்யும் எனக் கருதி ஏற்றுக்கொண்டாள். சில வருடங்களில் சூடாமணியின் செல்வத்தைக் கண்டு மகனுக்கு மறுமணம் செய்வித்த நாகம்மாளுக்கு கண்ணகியின் அருமை தாமதமாகவே புரிந்தது. குடும்பம் பசியால் வாடியநிலையில் களவாடினும் பசிபோக்கிய மருமகளின் மனதைப் புரிந்து கொள்-கிறாள்.

"சோறோ தண்ணியோ எல்லோரை விடவும் ஒருபிடியாவது கூடுதலாய் கண்-ணகிக்குப் போட்டு சாப்பிடவைக்கத்தான் நாகம்மாளும் ஆசைப்படுகிறாள். அதற்-குக் காரணம் இல்லாமலும் இல்லை. தன் மூத்தமகன் ஆசைத்தம்பி இரண்டாம் பொண்டாட்டியின் பேச்சைக்கேட்டுக் கொண்டு வீட்டைவிட்டுப் போய்விட்டாலும்-கூட ஓடியாடி கூலிவேலை செய்து ஆறுபேரின் வயிற்றை கழுவிவருபவளாய் கண்-ணகி ஆகிவிட்டதும் அதற்கு ஒருகாரணமாக இருந்தது"50 என்பதில் நாகம்மாளி-டத்தில் மருமகளின் மீதுள்ள பாசத்திற்குச் சுயநலம் காரணமாகவிருப்பதை அறிய முடிகிறது.

சமூகத்தில் மாமியாரின் கைமுன் ஓங்க, மாமியாரின் இறுதிக்காலத்தில் மரும-களின் கை ஓங்குவதை 'அளம்' புதினம் கூறுகிறது. மீனாட்சி மூத்த மருமகளைப் பிடிக்காததால் மகன், மருமகளைப் பிறந்தவீட்டிற்கு விரட்டிவிட்டாள். கணவனின் மரணத்திற்குபின் இளைய மருமகளின் மாற்றத்தைக் கண்டு மனம்நொந்தாள். ஒரு கண்ணில் வெண்ணெயும், மறுகண்ணில் சுண்ணாம்புமாக மூத்த மருமகளுக்குத் துரோகம் செய்துவிட்டதாக கருதி குற்றவுணர்ச்சியில் புலம்பியவளாக மூத்தமகனை நாடுகிறாள். வயிற்றுப்பாட்டிற்காக மருமகளின் இழிசொற்களைத் தாங்கவியலாமல், மகனின் ஆதரவில்லாமல் துன்புறும் வயது முதிர்ந்த பெண்ணாக மீனாட்சி கதாப்-பாத்திரம் படைக்கப்பட்டுள்ளது.

மாமியார்-மருமகள் உறவில் இருவருமே அன்பிற்காக ஏங்குபவரே. எதிர்கால வாழ்க்கையை ஒப்படைத்த கணவனின் ஆதரவை எதிர்நோக்கும் மனைவி, தாய்-மைக்கு முக்கியத்துவம் தரவேண்டும் என எதிர்பார்க்கும் தாய் என இருவரையும் அனுசரித்துச் செல்வது ஆண்மகனின் கடமை. மாணிக்கம், செல்வராசு, ஆசைத்-தம்பி கதாப்பாத்திரங்கள் சுயநலத்தை நாட பெண்களே பாதிக்கப்படுவதைக் காண-முடிகிறது.

2.3.3. தாய்— மகன்உறவுச்சிக்கல்கள்

"பெண்ணின் தனித்தன்மையாகக் கருதப்படும் தாய் இல்லையேல் குடும்பம் குழப்பத்தில்தான் செல்படும்"51 என்று உளவியல் அறிஞர் ஹெலன் டெய்ச் குறிப்-பிடுகின்றார். தாயின் ஒழுக்கக் குறைவு குடும்பச்சிதைவிற்கு வழிவகுக்கிறது. இது தாய் — மகன் உறவில் விரிசலை ஏற்படுத்துகிறது என்ற கருத்து 'கண்ணகி' புதினத்தில் இடம்பெறுகிறது.தாய்நாடு திரும்பிய கண்ணகிக்கு மகனைக் கண்டதும் உணர்ச்சிப் பெருக்கு ஏற்பட, மகனோ பொருட்களின் மீது ஆர்வம் காட்டுகிறான்.

"ஒருமாத குழந்தையாய் இருக்கும்போதே விட்டுவிட்டுப் போய்விட்டோம்என்ற கோபமாக இருக்குமென்று நினைத்தாள். கண்ணகிக்கு மகனைப் பற்றிய நினைவு அவளுக்கு மிகுந்த ஏமாற்றத்தை ஏற்படுத்தியிருந்தது இப்போது. இருவரும் ஒரு-வரை ஒருவர் பார்க்காதபோது இருந்த ஏக்கம், பாசம் மனதிற்கு நிம்மதியைத் தந்தது. இப்போது ஒன்றுமே இல்லை என்பதுபோல சப்பென்று ஆனதுபோல இருந்தது"52 என்பதில் மகனின் வேறுபாட்டினை உணர்ந்த கண்ணகியின் மனம் பரிதவிப்பதுப் புலனாகிறது. குழந்தைப் பருவத்திலிருந்து தாயைக் காணாமல், தாய்ப்பாசத்திற்கு ஏங்கும் பாரதியின் மனம் தன் பதினான்காவது வயதில் பார்த்த தாயை உடனே ஏற்க மறுக்கிறது. அதனால் தாயுடன் செல்லாமல் பாட்டி வீட்டில் இருப்பதாக கூறுகிறான்.

தொழிலுக்காகச் சிங்கப்பூருக்கு பாரதியை அனுப்ப, அன்சார் கண்ணகிக்கும் தனக்குமான உறவை குடிபோதையில் உரைத்துவிட்டான்.இதனால் தாயின்மீது கோபம், அவமானம் அதிகமாக வெறுப்பு கூடியது. வீடு, ஆட்டோ என தாயிடம் பொருட்களைப் பெற்றபோதும், முகம்கொடுத்துப் பேசவும் விரும்பவில்லை. பாரதி-யின் புறக்கணிப்பே கண்ணகியின் மனமாற்றத்திற்கு அடிகோலுவதாகக் கொள்ள-லாம்.

குடும்பத்தில் உள்ள மனிதனின் மனநிலைக்கு சமூகமும் பொறுப்பாகிறது என்-பதால் சமூகப் பொதுமதிப்புசார்சிக்கல்களைக் காண்பது அவசியமாகிறது.

3.சமூகப்பொதுமதிப்புசார்சிக்கல்கள்

குடும்பத்தைக் கடந்து மாந்தர்களின் தனிப்பட்ட உள்ளச் சிக்கல்களில் இருந்து மாறுபட்டு சமூக மதிப்பில் சில பொதுவான உயர் அங்கநிலை (ரூவயவரள) ஒவ்-வொரு மனிதனுக்கும் உண்டு.இத்தகைய நிலை சார்ந்த உளச்சிக்கல்கள் குறித்து

இப்பகுதி ஆராய்கிறது.இவை மாந்தர்களின் மனதில் பண்பாட்டுப் போக்கிலான நடத்தையைச் சார்ந்து நிலைபெற்றிருக்கும். இது ஒரு குழு அல்லது வாழி-டம் அல்லது ஊர் போன்ற நிலைகளில் மனிதர்களை இயக்குகின்ற உளக்கூறா-கும். புதினங்களில் சமூகப் பொதுமதிப்புசார் சிக்கல்களை ஆளுமைத்திறன், வலி-யும் வேதனையும், அச்சமிகு மனம், பாதுகாப்பற்ற உணர்வு, விரக்தினைப் பகுத்து காணலாம்.

3.1. ஆளுமைத்திறன்

தமிழ்நாட்டுப் பண்பாட்டின் பொது சமூகமதிப்புச் சார்ந்த உளப்போக்குகளை 'ஆறுகாட்டுத்துறை' புதினம் எடுத்துக்காட்டுகிறது. திருவாரூர் மாவட்டத்தில் கடலோர கிராமமான ஆறுகாட்டுத்துறையில் மக்களிடையே மதிப்பும், மரியாதை-யும் கொண்டவர் சிங்காரவேலு நாட்டார். ஊரின் முன்னேற்றத்திற்கு வழிகாட்டியாக இருப்பவர். நாட்டாரின் முயற்சியால் ஆறுவிசைப்படகுகள் துறையில் நிற்பதைக் கண்டு ஊரே மகிழ்ச்சியடைய படகில் செல்வது யார்? என்ற வினா எழும்பியது.

"தாயே சமுத்திராதேவி. என்னை நம்பும் இந்த சனங்களுக்கு எந்நாளும் என்னை அறியாமலும் கூட நான் யாதொரு தீங்கும் செய்துவிடக் கூடாது. இவர்-களுக்குள் போட்டி, பொறாமை, பகையுணர்வு ஏற்பட்டுவிடும் விதமாக நான் எது-வும் செய்துவிடக்கூடாது. எல்லோருடைய மனதும் ஒப்பும் வழியை யாரையும் கலங்க வைக்காத ஒருவழியை காட்டுவதற்கான நல்ல வார்த்தைகளை நான் பேச வேண்டும் ... எங்களுக்குள் எந்த நாளும் யாதொரு பிரிவினையும் ஏற்பட்டுவி-டக் கூடாது. நல்வழி காட்டம்மா"53 என்ற வேண்டுதல் நாட்டாரின் உள்ளத்தைப் படம் பிடித்துக்காட்டுகிறது.ஒவ்வொரு படகிலும் அனுபவமிக்க ஒருவர், துடிப்புமிக்க இளைஞர் மூவரென அந்தந்த படகின் சொந்தக்காரரே தன்னுடன் வருபவரைத் தெரிவுச் செய்து கொள்ளலாம். ஒரு நாளைக்கு கடலுக்குச் செல்ல கூலியாக நூறு ரூபாய் அளிக்க வேண்டும். இலாபம் பொறுத்து பங்கு தரவேண்டும் என்ற நாட்-டாரின் முடிவில் மாற்றுக்கருத்தில்லை. நாட்டார் தனக்குப் பதிலாக சாமுவேலை படகில் அனுப்பி தான் மரக்கணத்தில் செல்வதாகக் கூறுகிறார். மக்கள் பணவச-தியின்மையால் விசைப்படகு வாங்கவோ, கடலுக்குள் செல்லவோ இயலவில்லை என்று வருந்தக் கூடாது எனக் கருதினார். ஆயிரக்கணக்கான மக்களில் இரு-பத்துநான்கு நபர் மட்டும் படகில் செல்ல, மற்றவர்களில் ஒருவராகவே நாட்டார் இருக்க வேண்டுமென விரும்பியதால் சமூகப் பொதுமதிப்பு சார்ந்த உளப்போக்கை உணர முடிகிறது.

நாட்டார் மகளுக்காக பதவியை விட்டு விலக முடிவெடுத்தவுடன் மகன், அபராதம் செலுத்தி பதவியைத் தொடரலாம் என்றான். அதற்கு

"அபராதம் கட்டிட்டு அப்பறம் என்ன நாட்டாரு? வழிவழியா நம்ப குடும்பந்-தான் இதுவரைக்கும் நாட்டாரு குடும்பமா இருந்துருக்கு.

இதுவரைக்கும் இருந்தவ்வொ எல்லாம் அதுக்கு ஏத்த மாதிரி ஊருக்கு நல்லது செஞ்சிருக்குறாவொ. நீங்க மட்டும் நல்லது செய்யலையா?

நீங்க ஆயிரம் செய்யலாம். ஆனா ஊரு ஒத்துக்காத ஒரு விசயத்தக்கூட நம்ப மனசாலயும் நெனக்கக் கூடாது. கடல நம்பி வாழுற ஊரு நம்ம ஊரு. நாட்டாரு ஞாயமாவும் மனசு சுத்தமாவும் நடந்துக்கிட்டாத்தான் ஊரு தப்பும்"54 என்பதி- லிருந்து நாட்டார் பதவியில் இருப்பவர் ஊருக்கு மட்டும் உபதேசம் என்றில்லா- மல் கொள்கையை முதலில் தான் கடைப்பிடிக்க வேண்டும் என்ற விதிமுறையைக் கொண்டிருந்தது புலனாகிறது.

நாட்டார் பதவிக்குக் களங்கத்தை ஏற்படுத்திவிட்டோம் என்ற எண்ணத்திலும், மகளைப் பிரிந்த துக்கத்திலும் சிக்கியவர் பேத்தி பிறந்த நிலையில் சமூகப் பொது- மதிப்பிற்காக பார்க்கச் செல்லாமல் கலங்கி நின்றார். நாட்டாரிடத்தில் உண்மை- யான அன்பும், மதிப்பும் கொண்ட மக்கள் சமுத்திரவல்லியை மனமுவந்து ஏற்றுக்- கொண்டதால் நாட்டாரின் தாழ்வுணர்ச்சி நீங்கியது.

நாட்டார் மகளின் உடன்போக்குச் செயல் உயர் அங்கநிலைக்கு ஏற்பட்ட களங்கம் எனக் கருதி தாழ்வுணர்ச்சியில் சிக்கி, பதவியை மகனுக்கு அளித்து விலகுகிறார். எனினும் ஊருக்குப் பொதுப்பிரச்சினை ஏற்பட்டால் முன்நின்று தீர்த்து வைப்பதில் ஆளுமைத் திறன் வெளிப்படுகிறது. மக்களின் மீது உண்மையான அன்பும் அக்கறையும் கொண்ட தலைவரை ஊர்க்கட்டுப்பாட்டை ஒதுக்கி விட்டு மக்கள் முழுமையாக ஏற்றுக்கொள்வர் என்பதையே படைப்பாளர் மிக நுட்பமாக சித்தரித்துக் காட்டுகிறார்.

3.2. வலியும்வேதனையும்

மனித உரிமைகள் என்பது ஒருவருடன் பிறந்தவை. ஒரு மனிதன் கண்ணிய- மாக வாழத் தேவையான உரிமைகள் பறிக்கப்படும் போது போராடுதல் அவசியம். சாதி என்ற போர்வையில் மேம்பட்டவன் தாழ்ந்தவரின் மீது வரம்பற்ற அதிகாரத்- தைச் செலுத்த பாதிக்கப்பட்டவர்கள் மீளாத வலியால் துன்புறுகின்றனர்.

"ஒவ்வொரு சிந்தனை சக்தியுள்ள இந்தியனும் நமது நாட்டின் வீழ்ச்சிக்கு முக்- கிய காரணம் நமது சமுதாயத்தை ஆயிரம் துண்டுகளாகப் பிரித்து வைக்கும் ஜாதிவேற்றுமை தான் என்பதைச் சுலபமாக உணர்ந்து கொள்ள முடியும். இந்திய சரித்திரத்தின் எந்த ஒரு அரசியல் சம்பவத்தை எடுத்துக் கொண்டாலும் அதன் அடிப்படையில் ஜாதி வேற்றுமை காரணமாயிருப்பதைக் காணலாம்"55 என்ற கருத்து நினைவிற் கொள்ளத்தக்கது. நசுக்கப்பட்ட மக்கள் தங்கள் உரிமையை நிலைநாட்ட எழுச்சிகொண்டு செயல்படத் தொடங்குவதைப் படைப்பாளரின் 'கண்- ணகி' புதினம் வெளிப்படுத்துகிறது. கண்ணகி தன் சாதியினருக்கு ஏற்படும் அவமானத்தைத் தடுக்க வேண்டுமெனில் மேல்சாதியினரை நாடாமல் சொந்த நிலத்தில் விவசாய வேலை செய்து தேவைகளை நிறைவேற்றிக் கொள்வதே வழி

என சின்னவெடையிடம் கூறுகிறாள். அதற்கு பின்பே, ஊரில் தன் இனத்தாருக்கு உரிமையான நிலமில்லை என்ற உண்மை உறைக்க, கார்குடலில் தனக்கு ஒரு துண்டு நிலத்தையாவது சொந்தமாக்கிக் கொள்ளவேண்டும் என்று மனத்திற்குள் ஒரு வைராக்கியத்தை ஏற்படுத்தி வெற்றியும் அடைகிறாள்.

திவ்யநாதனை வாழ்க்கைத் துணையாகக் கருதிய கண்ணகியைச் சாதியைக் காரணப்படுத்தி மரியபுஷ்பம் வீட்டிற்குள் அனுமதிக்காத நிலை அவளை வேதனைப்படுத்துகிறது.

"இந்தப் பாழாப்போன சாதிகள கடவுள் என்ன மயிருக்காகப் படைச்சித் தொலைச்சான் என்று வலிபடும் ஒவ்வொரு முறையும் சொல்லி அலுத்துக் கொள்-ளுவதையே இப்போதும் வாய்க்குள் முணுமுணுத்துக் கொண்டாள்"56 என்று உரு-வத்தைப் பார்த்தவுடன் சாதியை உணர்ந்து ஒதுக்கி வைப்பதைக் கண்டு கண்ணகி அகத்தனிமொழியில் புலம்புவதில் மனதின் வலியும் வேதனையும் புலப்படுகிறது.

3.3. அச்சமிகுமனம்

ஒவ்வொரு மனிதனின் ஆழ்மனத்திலும் உறைந்திருக்கின்ற உணர்ச்சிகள் வாழ்க்கையை மேம்படுத்தவும், அழிவை நோக்கிச் செலுத்தவும் வல்லது. தற்-கொலை என்ற நிகழ்வுக்கு சமூகப் பொதுவான மதிப்பு சார்ந்த சிக்கல்கள் தனிந-பரைப் பாதிக்கும் நிலையே காரணம் என்ற சமூகவுண்மை குறித்துக் காண்போம்.

தற்கொலை என்பது உளவழி நரம்பு நோய். மனப்போராட்டத்திற்குத் தீர்வு காணும் வழி. மனித மனம் வெறுப்பு, அவமானம், அச்சம் போன்ற உணர்வுக-ளுக்கு வடிகால் தேடுதலாகத் தற்கொலையை நாடுகின்றது.

காதல் தோல்வி, குடும்ப மானஇழப்பிற்குரிய செயல், எதிர்கால வாழ்வு குறித்த அச்சம், சுயவெறுப்பு போன்ற எண்ணங்கள் மனதில் விசுவரூபம் எடுக்க உயிரைத் துறப்பதே உனத முடிவாகக் கருதிய சக்குபாய் தற்கொலை செய்வதாகத் தீர்மா-னிக்கிறாள்.

மாணிக்கத்தை மறக்கவியலாத சக்குபாய் திருமணத்திற்குச் சம்மதிக்காததால் குடும்பத்திற்கு அவப்பெயர் என அவளுடைய அண்ணன் வன்முறையைக் கையாள்கிறான். இந்நிலையில் மாணிக்கம் தனக்கு வாழ்வளிப்பதாக பாலகிருஷ்-ணன் மூலமாக அழைப்பு விடுத்ததும், மகிழ்ச்சியுடன் விடியற்காலை மூன்றரை மணிக்கே வீட்டினர் அறியாமல் துணிகளோடு வெளியேறினாள். மாணிக்கம் வரா-ததால் பாலகிருஷ்ணன் சக்குபாயை வீட்டிற்குச் செல்லுமாறு அறிவுறுத்துகிறான். வீட்டிற்கு எப்படிச் செல்வது? தன்னைக் காணாமல் வீட்டினர் என்ன செய்திருப்-பர்? என்று நினைத்தாள்.

"அவளுக்கு வீட்டிற்குப் போகவே பிடிக்கவில்லை. சும்மாவே அண்ணனுக்குப் பிடிக்காது அவளை. இப்படி ஓடிப் போகத் துணிந்தவள் திரும்பி வீட்டுக்கு வந்தாள் என்று தெரிந்தால் என்ன செய்வான்? அவளை கண்டதுண்டமாய் வெட்டி...

தென்னைக்கு உரமாகப் புதைத்து விடுவான். யாருக்கும் தெரியாதவொரு மறை-
விடம் கிடைத்தால் ஒளிந்து கொள்ளலாம் போலிருந்தது"57 என்பதில் அச்சமே
வெளிப்படுகிறது. உயிர் வாழ விரும்பாமல் இறந்ததாக ஊர் மக்கள் பேசிக் கொள்-
எட்டுமென எண்ணியவளாக தூக்கிட்டுக் கொள்கிறாள். சமூகத்தில் ஒரு பெண்
திருமணம் செய்து கொள்ளாமல் தனித்து வாழவியலாது என்ற சமூகப் பொதும-
திப்பு சார்ந்த உளச்சிக்கலே சக்குபாயின் முடிவிற்கு முக்கியக் காரணமாகும்.

ஒவ்வொரு மனிதனும் தான் வாழும் சமுதாயத்தில் தனக்கான, தன் குடும்-
பத்திற்கான கௌரவம் என ஒன்றைத் தானாகவே புனைந்து வைத்திருக்கிறான்.
அக்கௌரவத்திற்கு ஒரு தீங்கு வந்தால் தன்னுயிரை மாய்த்துக் கொள்ள வேண்டும்
என்ற முடிவையே முன்னுதாரணமாக எடுத்துக் கொள்வதைக்'கற்றாழை' புதினம்
குறிப்பிடுகிறது.சொத்திற்காக பஞ்சாயத்தில் போராடி தோல்வியடைந்த பங்காளி
குடும்பத்தினர் சங்கரனை அழிக்க எண்ணினர். வயலில் பொழித் தகராறு
தொடர்ந்து நடந்து கொண்டிருந்த நிலையில், தனியாளான சங்கரன் தவறைத்
தட்டிகேட்க, அனைவரும் சேர்ந்து சங்கரனின் துணியைப் பறித்து அவமானப்-
படுத்தினர். இதைத் தாங்கவியலாத சங்கரனின் மனம் அவனைத் தற்கொலைக்குத்
தூண்ட உயிரிழப்பு ஏற்படுகிறது.

வாழ்க்கையில் தொடர்தோல்விக்காக சேதுவும் (கீதாரி), முறை தவறிய வாழ்-
விற்குத் தண்டனையாக மாணிக்கமும் (மாணிக்கம்) தற்கொலையை நாடுவதை
அறிய முடிகிறது.

"பெண்களின் மீதான வன்முறைகள் என்பது பெரும்பான்மை அவள் உடல்மீது
ஆதிக்கத்தைச் செலுத்துவதாக உள்ளது. இதன் காரணமாகப் பெண்ணின் உடல்,
மனது, கண்ணியத்தோடு வாழ்வதற்கான மனித உரிமைகள் இவற்றை ஒடுக்கி
அவற்றின் மீது வன்மையாகத் தாக்குவதே அதிகாரத்தின் உச்சமாக உள்ளது. இத்-
தாக்குதலே வன்புணர்ச்சி ஆகும்"58

பெண்ணைத் தற்கொலைக்குத் தள்ளுகின்ற அல்லது உயிர், மனம், உடலுக்கு
பெரும் ஆபத்தைத் தரும் ரணத்தை ஏற்படுத்துகின்ற உடல் அல்லது உளவியல்
ரீதியாக மரணத்திற்குக் காரணமாக இருக்கின்ற எந்தவொரு செயலுமே குரூரமா-
கும். இக்குரூர வன்புணர்ச்சியில் சிக்கிய சிவப்பியின் உளப் போராட்டத்தை 'கீதாரி'
புதினம் கூறுகிறது.

"நீங்க 'எனக்கு அப்பா' என்று சொல்லி அழுதிருக்கிறாள். பைத்தியம் பெத்-
தகுட்டிக்கு மொறதல என்ன வேண்டியிருக்கு? ஒங்கம்மா மொற பாத்து படுத்தா
ஒங்கள் பெத்தா? என்று கேவலமாய் பேசியவன் வெறிநாய் போல் நடந்து
கொண்டுள்ளான்....தன் வேதனையை யாரிடமும் சொல்ல முடியாத சிவப்பி விடி-
வதற்குள் தனக்கு விருப்பமான தேன் இலுப்பை மரத்தில் தூக்குப் போட்டுக்
கொண்டு தொங்கிவிட்டாள்"59 என்பதில் சிவப்பி வளர்ப்புத்தந்தையின் கொடுமை-

யைத் தாங்கவியலாமல், உலகிற்கு வெளிப்படுத்தும் துணிவில்லாமல் சமூகத்தின் அவதூறான சொற்களுக்குப் பயந்து தற்கொலையை நாடியது புலனாகிறது.

3.4. பாதுகாப்பற்றஉணர்வு

பொருளாதாரத்தில் சுயசார்பற்ற நிலையில் இருந்தாலும் தன்னை ஆதரித்து, பரிவுடன் நடத்தும் நபரின் இழப்பு ஒருவருக்கு பாதுகாப்பற்ற உணர்வைத் தோற்று-விக்கும். தன்னம்பிக்கையை அழித்து கவலையைத் தோற்றுவிக்கும்.

'அளம்' புதினத்தில் சமூகப் பொதுமதிப்பில் கைம்பெண் என ஒதுக்கி வைக்கப்-படும் வடிவு இவ்வுணர்வில் சிக்கித் தவிக்கிறாள். வடிவு சொந்த அளமாக இருப்-பின் தன் வாழ்வின் இறுதிநாள் வரை மற்றவரைக் காணாமல் இருக்கலாம் என்று எண்ணுவதில் துன்பம் மறைக்க முற்படுகிறாள்.

"துன்பத்தைப் பொறுத்துத் தாங்கிக் கொள்ள உள்ளம் மேற்கொள்ளும் முயற்சி-யாக அடக்கி மறைத்தலும் உள்ளது. இதனால் துன்பம் குறையாவிட்டாலும் பிறர் அறியாதவாறு துன்பத்தை மறைத்தலால் தன் மதிப்பு அழிவைத் தடுத்துக் கொள்ள முடியும்"60 என்பர் உளவியலாளர். குப்புசாமியின் அளத்தில் நிம்மதியாக வடிவு குடும்பத்தினர் மட்டுமே தரிசு வேலை பார்த்து வந்தனர். அவர் அளத்தை விற்கப் போவதை அறிந்ததும் வடிவு நிலைகுலைந்தாள். அடுத்தவர் அளத்தில் வேலைக்-குச் சென்றால் கைம்பெண் என அனைவரும் பார்த்து ஒதுக்குவரே என்ற எண்-ணம் மேலோங்கியது. வயலை விற்றாவது அளம் வாங்க வேண்டும் என வற்புறுத்த தாய் மறுக்கிறாள். அதற்கு வடிவு,

"எனக்குன்னு யாருருக்குறா? யாங் உசுர வளக்குறத்துக்காவ நா யாந்தாங் கெடந்து அடிச்சிக்கிடணும். எங்குட்டாவது போயி செத்துட்டுப் போறங். இன்னக்கி செத்தா நாளக்கி ரெண்டான் நாளு. நாலுநாளக்கிப் பெறவு என்னய நெனச்சி அளுவகொட ஆளுல்ல"61 என்பதில் வடிவின் பாதுகாப்பற்ற உணர்வு வெளிப்-டுகிறது. நம் சமுதாயத்தில் கணவனை இழந்தவளும் பெண் என்று கருதாமல் ஒரு சகுனத்தடையாக எண்ணி ஒதுக்குவதால் மன உளைச்சலுக்கு ஆளாகி துன்புறு-வதைப் படைப்பாளர் வடிவு கதாப்பாத்திரத்தின் வாயிலாகப் பதிவுசெய்துள்ளார்.

3.5. விரக்தி

ஒருவரது எண்ணங்கள் ஈடேராத போதும், தொடர்ந்து தோல்வியைச் சந்திக்கும் போதும் மனதில் சலிப்பும், வெறுப்பும் உண்டாகின்றன. இத்தகைய மனநிலையே விரக்தியாகும்.

'அளம்' புதினத்தில் பொருந்தாமணம் என்ற சமூகக் காரணியால் பாதிக்கப்பட்ட வடிவு விரக்தி அடைகிறாள். ஊர்மக்கள் கருப்பு நிறம் குறித்துப் பேசிய கேலிச் சொற்கள், மாப்பிள்ளையின் உதாசீனம், குடும்ப வறுமை எனப் பல காரணங்கள் நெஞ்சை அரித்தபோதும் தாய்க்குத் தான் பாரமாகி விட்டோமே என்ற எண்ணம் தலைதூக்க ஆரம்பித்ததால் வடிவிற்கு எதைப் பார்த்தாலும் எரிச்சலாக இருந்தது.

விரக்தியுணர்வில் சிக்கிய வடிவு, எத்தனையோ குழந்தைகள் நோயால் இறப்பதை போல் தானும் காலரா வந்த போதே இறந்திருக்கக் கூடாதா? எனச் சிந்திக்கிறாள்.

இந்நிலையில் பணம், சொத்து உள்ள ஐம்பது வயதான பொன்னையனுக்கு இருபத்தி மூன்று வயதான வடிவைப் பெண் கேட்டனர். தந்தை உடனில்லாமை, வறுமை, முதிர்கன்னி போன்ற சமூகக் காரணிகளால் சிதைவுற்ற வடிவு திருமணத்தை மறுக்கவும் முடியாமல், ஏற்கவும் இயலாமல் பரிதவிக்கிறாள். தாய் சுந்தராம்பாள் பசி, பட்டினியுடன் திருமணமாகாமல் துன்பப்படுவதை விட புகுந்த வீட்டில் உணவிற்குச் சிரமப்படாமல் வாழட்டும் என எண்ணி சம்மதம் தெரிவிக்கிறாள்.தங்கை இராசாம்பாள், 'அத்தான், கொஞ்சம் வயதானவராக இருப்பினும் தங்கக்குணம் கொண்டவர்' என்றதும் வடிவு,

"அத்தான்... அத்தான்னு வார்த்தக்கி வார்த்த சொல்லாத நடுத்தங்கச்சி. நம்ம பெரியப்பாவுக்கு மூப்பாருப்பாரு பொலருக்கு. நம்மளுக்கு தாத்தாமேரி என்றாள்.

என்னக்கா இப்படிச் சொல்லுற?

நீ இத அம்மாக்கிட்டயில்ல சொல்லிப்புடாத. நா சும்மா வெளயாட்டுக்குச் சொன்னங். கெழவரா இருக்கறத்தால எனக்கொண்ணும் கவலயில்ல."[62] என்பதில் வடிவின் விரக்தியான மனப்போக்கு புலனாகின்றது. தந்தையின் புறக்கணிப்பு, தாயின் துன்பம், பசி, உழைப்பு, நிறத்தால் ஏற்பட்ட தாழ்வு மனப்பான்மை, கடின உழைப்பு, ஏளனப்பேச்சுக்கள் என பல இன்னல்களைத் தொடர்ந்து தாங்கிய வடிவு விரக்தியில் வாழ்வில் நடப்பவற்றை ஏற்கும் மனநிலைக்குத் தயாராக இருப்பதை அறிய முடிகிறது.

சான்றெண்விளக்கம்

1. தி.சு. நடராஜன், திறனாய்வுக்கலை, ப. 86

2. எஸ். சந்தானம், கல்வியின் உளவியல் அடிப்படைகள், ப. 2

3. தா. ஏ. சண்முகம், உளவியல் (முதல் பாகம்), ப. 31

4. தி.கு. இரவிச்சந்திரன், சிக்மண்ட் ஃப்ராய்ட் - உளப்பகுப்பாய்வு அறிவியல், ப. 117

5. து.சீனிச்சாமி,தமிழ் நாவல்களில் உளச்சித்தரிப்பு,ப.9

6. இராம. பெரிய கருப்பன், குறிஞ்சிப்பாட்டு இலக்கியத் திறனாய்வு, ப. 102

7. தி.கு.இரவிச்சந்திரன், சிக்மண்ட் ஃப்ராய்ட் - உளப்பகுப்பாய்வு அறிவியல், ப. 117

8. இரா. மோகன், மு.வ.வின் நாவல்கள், ப. 57

9. ச.வே. சுப்பிரமணியன், ச. சிவகாமி (ப.ஆ) தமிழ் இலக்கியக் கொள்கைகள், ப.64

10. சு. தமிழ்ச்செல்வி, கற்றாழை, ப. 63

11. மேலது, ப.122

12. சு. தமிழ்ச்செல்வி, கண்ணகி, ப. 124

13. சு. தமிழ்ச்செல்வி, மாணிக்கம், ப. 4

14. சீனிவாசன் ராமலிங்கம், பயன்தரும் மனோதத்துவம், ப. 132

15. சு. தமிழ்ச்செல்வி, கற்றாழை, ப. 34

16. நா. அனுராதா, தமிழ்நாவலில் மனிதமனம், ப. 53

17. சு. தமிழ்ச்செல்வி, அளம், ப. 44

18. மேலது, ப. 47

19. Encyclopeadia of social sciences, vol.IX-X,P.No 303

20. தே. அல்போன்சு, இன்ப இல்லறம் - உளவியல் கையேடு, ப. 11

21. சு. தமிழ்ச்செல்வி, ஆறுகாட்டுத்துறை, ப. 154

22. சு. தமிழ்ச்செல்வி, மாணிக்கம், பக். 133 — 134

23. சு. தமிழ்ச்செல்வி, கற்றாழை, ப. 161

24. மேலது, ப. 187

25. இராஜம்கிருஷ்ணன், காலந்தோறும் பெண், ப. 23

26. சு. தமிழ்ச்செல்வி, கற்றாழை, ப. 182

27. மேலது, ப. 16

28. மேலது, ப. 303

29. பெசன்ட் கிரீப்பர் ராஜ் (மொ. பெ) , பிறழ்நிலை உளவியல், பக். 68-69

30. சு. தமிழ்ச்செல்வி, ஆறுகாட்டுத்துறை, பக். 152-153

31. சு. தமிழ்ச்செல்வி, மாணிக்கம், ப. 277

32. முனைவர் பழ. அன்புமீனாள் (ப.ஆ), இலக்கியத்தரவுகளில் மகளிர் பதி-வுகள், ப. 99

33. சு. தமிழ்ச்செல்வி, கண்ணகி, ப. 116

34. து. சிவராஜ், சங்க இலக்கியத்தில் உளவியல், ப. 17

35. சீ. பக்தவத்சல பாரதி, பண்பாட்டு மானுடவியல், ப. 334

36. அகிலன், புதிய விழிப்பு, ப. 64

37. சு. தமிழ்ச்செல்வி, ஆறுகாட்டுத்துறை, ப. 117

38. பத்மப்பிரியா, பெண்ணிய இலக்கியப் பதிவுகள், ப. 77

39. சு. தமிழ்ச்செல்வி, கண்ணகி, ப. 42

40. சு. தமிழ்ச்செல்வி, கற்றாழை, ப. 268

41. சு. தமிழ்ச்செல்வி, ஆறுகாட்டுத்துறை, ப. 232

42. முனைவர் தே. அல்போன்சு, இன்ப இல்லறம் - உளவியல் கையேடு, ப. 20

43. சு. தமிழ்ச்செல்வி, கண்ணகி, ப. 113

44. எஸ். இராமகிருஷ்ணன், இளங்கோவின் பாத்திரப்படைப்பு, ப. 76

45. சு. தமிழ்ச்செல்வி, கண்ணகி, ப. 146

46. மேலது, ப. 207

47. சு. தமிழ்ச்செல்வி, ஆறுகாட்டுத்துறை, ப. 274

48. சிவசங்கரி, சின்ன நூல்கண்டா நம்மை சிறைப்படுத்துவது, ப. 3

49. சு. தமிழ்ச்செல்வி, கற்றாழை, ப. 132

50. சு. தமிழ்ச்செல்வி, கண்ணகி, ப. 89

51. ஆ. இசக்கியம்மாள், பெண்மனச்சிக்கல்கள், ப. 256

52. சு. தமிழ்ச்செல்வி, கண்ணகி, ப. 168

53. சு. தமிழ்ச்செல்வி, ஆறுகாட்டுத்துறை, ப. 54

54. மேலது, ப. 100

55. கண. முத்தையா (மொ. பெ.), பொது உடைமை தான் என்ன?, ப. 36

56. சு. தமிழ்ச்செல்வி, கண்ணகி, ப. 142

57. சு. தமிழ்ச்செல்வி, மாணிக்கம், ப. 169

58. அரங்கமல்லிகா (தொ.ஆ), தமிழ் நாவல்களில் பெண்ணியம், ப. 32

59. சு. தமிழ்ச்செல்வி, கீதாரி, ப. 112

60. து. சிவராஜ், சங்க இலக்கியத்தில் உளவியல், ப. 67

61. சு. தமிழ்ச்செல்வி, அளம், ப. 210

62. மேலது, ப. 179

முடிவுரை

சமுதாயத்தை மேம்படுத்தும் நோக்கில் தலையாய இடத்தை வகிக்கும் இலக்கியம் வாழ்க்கையின் தனிச்சிறப்புக்கூறுகளைப் பல்வேறு பரிமாணங்களில் எடுத்துரைக்கிறது. இவ்விலக்கிய வகைகளுள் ஒன்றான புதினம் மனிதனின் வாழ்வியல் பொருண்மைகளைத் தக்கவாறு எடுத்துரைத்து சிந்தனையைத் தூண்டி, சமுதாயத்தில் மாற்றங்களை ஏற்படுத்தும் முனைப்போடு முகிழ்க்கின்றது.

புதினம் வாழ்வின் ஒரு பகுதியை மட்டும் குறிப்பிடாமல் அதன் கருவைச் சார்ந்த அனைத்தையும் தொகுத்துரைப்பதால் மற்ற இலக்கிய வடிவங்களிலிருந்து மாறுபட்டு பூரணத்துவம் பெற்று விளங்குகிறது. இக்காரணத்தாலேயே பெரும்பாலானவர்கள் புதின இலக்கிய வடிவத்தை விரும்பி படிக்கின்றனர் என்று குறிப்பிடலாம்.

உரைநடையில் இயற்றப்படும் நெடிய கதைவடிவமான புதினம் தோன்றிய காலகட்ட மக்களின் வாழ்வியலையும், சமுதாய நிகழ்வுகளையும் பிரதிபலிக்கிறது. அவ்வகையில் சமகாலப் பெண் எழுத்தாளர்களுள் தனித்துவமான முத்திரையைப் பதித்துள்ள படைப்பாளர் சு. தமிழ்ச்செல்வி தமது படைப்புகளில், தொடர்ந்து போராடும் பெண்ணினத்தைச் சித்தரித்துள்ளார். படைப்புகளின் கதைக்கரு சமூகத்தின் விளிம்பில் உள்ள பிரிவினரின் மீது அக்கறைப்படுவதுடன் சமுதாயத்தில் பெண்களின் அவலநிலையைச் சுட்டி சிக்கல்களை எதிர்த்துப் போராடும் மனவுறுதி படைத்தவர்களாகவும் அமைத்திருப்பது புலனாகின்றது.

உலகை உய்விக்கும் உலகத்தத்துவமான பெண்ணியக் கருத்துக்களைப் படைப்பாளர்களும் இலக்கியத்தில் படைக்க பெண்ணிய நோக்கில் ஆராயும் திறனாய்வுப் போக்கு அதிகரித்தது. அவ்வகையில் படைப்பாளரின் புதினங்கள் மிதவாத, சமதர்மப் பெண்ணியக் கருத்துக்களை வெளிப்படுத்துவது புலனாகின்றது. பெரும்பான்மையான பெண்கள் திருமணத்தில் தன் கருத்தை வெளியிடும் உரிமையில்லாமல் பெற்றோரின் விருப்பத்திற்கு இணங்குதல், காதலுக்கும், ஈர்ப்புக்கும் வேறுபாடு அறியாமல் காதல் திருமணம் புரிந்தோர் உண்மையான அன்பற்ற நிலையில் பிரிதல், ஆணாதிக்கம், உடல், மனரீதியான வன்முறைகளைக் கையாண்டு பெண்களைத் தங்கள் கட்டுக்குள் வைத்தல், பெண்ணின் உழைப்பைச் சுரண்டும் ஆண்கள் குடும்-

பப் பொறுப்பில் விலக பெண் தாய், மனைவி, மருமகள் பணிப்பகிர்-வுகளை மேற்கொள்ள பெண்ணின் சுமை அதிகரித்தல், கணவனின் பலதார மணத்தை ஏற்கவியலாத மனைவி அவனை நிராகரித்து குழந்தையுடன் தனித்து வாழ்தல் போன்றவை குடும்பத்தில் பெண்கள் சந்திக்கும் சிக்கல்களாக இடம்பெறுகின்றன. சு.தமிழ்ச்செல்வியின் புதினங்கள் மதியாத கணவனை நிராகரிக்கும் பெண்கள், ஐயப்படும் கணவனிடமிருந்து விலகும் பெண்கள் என்று சித்தரித்திருப்பதன் வாயிலாக சமுதாயத்தில் நிலவும் ஆண் பெண் சமத்துவமின்மையை வன்மையாகக் கண்டிப்பதோடு, பெண்ணிய விடுதலைக்கு வழிகூறும் வகையிலான சிந்தனை மாற்றத்தையும் ஏற்படுத்துகின்றன.

பெண்கள் எதிர்கொள்ளும் சமூகச்சிக்கல்களில் கணவனின் தவறை எதிர்க்காமல் அடங்கிச் செல்லும் நியதியைப் பெண்ணுக்கு அறிவுறுத்தும் சமூகத்தின் போக்கு, பொறாமை, வேலைப்பளு, பொருளாதாரமின்மை, அறியாமை போன்ற காரணங்களால் பெண் கல்வி மறுப்பு, விதவைக்குச் சொத்துரிமை மறுக்கப்படுதல் முத-லியவற்றைக் காண முடிகிறது. படைப்புகளில் பெரும்பான்மையான பெண்கள் கற்புநெறியையும், குடும்ப ஒழுக்கத்தையும் பாதுகாப்-தையே கடமையாகக் கருதுகின்றனர். எனினும், குடும்பத்தில் ஆண் ஆதிக்கக்காரனாகச் செயல்பட்டு பெண்ணைப் பாலியல் ரீதியாக பணிச்சுமையில் அடக்க, மனஉளைச்சலுக்கு ஆளான பெண் பண்-பாட்டை மீறுவதைக் காணமுடிகிறது. பெண்கள் தங்கள் ஆளு-மையை வளர்த்துக் கொண்டு, தங்களை அடிமைத்தளையிலிருந்து விடுவித்துக் கொண்டு, ஆணைவிட்டு விலகி பிற பெண்களோடு குழுவாக வாழ்வதிலும் தாய்மைப்பண்பை இழக்க விரும்பாததால் இவர்கள் பழமை மாறாத புதுயுகவிரும்பிகளாகத் திகழ்வதில் ஒரு தீர்-வினைக் காண முடிகிறது.

படைப்பாளர் தமது படைப்புகளில் குடும்பம் மற்றும் சமுதாயத்-தில் பெண்களுக்கு நிகழும் கொடுமைகளைப் பதிவு செய்து, அவற்-றின் வாயிலாகப் பெண்கள் எழுச்சியுற வேண்டும் என்ற நோக்-கில் பெண்ணியத்திற்காகப் போராடியுள்ளார். புதினங்கள் பெண்-கள் வாழ்க்கைச் சிக்கல்களைக் கண்டு துவளாமல் மனவுறுதியுடன் தொடர்ந்து போராடி தமது தேவைகளைப் பூர்த்தி செய்து வாழவேண்-டும் என்ற கருத்தை வலியுறுத்துகிறது.

மனிதர்களுடைய உள்ளம் சமூக அமைப்பு சார்ந்து, அதன் உள்-எடங்கிய குடும்ப அமைப்பு சார்ந்து இயங்குவது என்பது தவிர்க்க

இயலாதது. மனிதர்களுக்குள் உறவுமுறைகளிடையே ஏற்படும் உரசல்களால் தோன்றும் பல்வேறு நடத்தைப் போக்குகள் தனிநபர்களின் ஆளுமையைத் திரிபடையச் செய்கிறது. இத்தகைய உளச்சிக்கல்கள் புதினமாந்தரிடத்தில் இடம்பெறுவதில் மனிதமனத்தை அறியமுடிகிறது.

தனிமனித மதிப்புணர்வுசார் சிக்கல்களில் மனதை அழுத்தும் துயரம் பிறரிடத்தில் எரிச்சலாக வெளிப்படுதல், குற்றவுணர்ச்சியில் சிக்கிய மனம் தற்கொலையை நாடுதல், பொறாமையுணர்ச்சியால் கல்வி தடையுறுதல், தாழ்வுமனப்பான்மை அச்சத்தை விளைவித்தல் போன்ற தனிமனித உளச்சிக்கல்கள் காணப்படுகின்றன.

இல்லற வாழ்க்கையில் அன்பின்மை ஏமாற்றத்தையும் வைராக்கியத்தையும் தோற்றுவிக்கிறது. தாய்மையுணர்வில் ஏக்கம், மனவடக்கமும் ஒடுக்கமும், மனமுறிவு, வெறுப்பும் தவிப்பும் போன்ற மனப்போராட்டத்தில் பெண்கள் சிக்கித் தவிப்பதைக் காணமுடிகிறது. உறவுச்சிக்கல்களில் துரோகமும் ஏமாற்றமும், மனவுறுத்தல், வஞ்சம் தீர்த்தல், ஆதிக்கவுணர்வு, அவமானம், வேதனை போன்ற உணர்வுகளால் உள்ளம் சிதைவுறுவது புலனாகிறது.

புதினக்களத்தில் நாட்டாரின் நிர்வாக அறத்தினையும் தலைவருக்கு மதிப்பளிக்கும் மக்களின் கட்டுப்பாட்டுணர்வையும் நோக்கும்போது தலைமைப் பதவிக்கான ஆளுமைத்திறன் வெளிப்படுகிறது. இது பிறரை வஞ்சிக்கும் சமூகப் புல்லுருவிகளுக்குப் பாடமாவதுடன், ஒருவருக்கொருவர் உதவியாக உறுதுணையாக வாழும் பண்பையும் வலியுறுத்துகிறது. சாதி எனும் தீண்டாமையால் மனமடையும் வேதனை, காதல் தோல்வி, கௌரவப் பிரச்சினை, எதிர்கால வாழ்வு குறித்து அச்சமடையும் மனம் தீர்வாகத் தற்கொலையை நாடுதல், சமூகப் பொதுமதிப்பில் கைம்பெண் என ஒதுக்கும் பெண் பாதுகாப்பற்ற உணர்வில் மனப்போராட்டத்திற்கு ஆளாகுதல், தொடர் தோல்வியைச் சந்திக்கும் மனம் விரக்தியடைதல் போன்ற உள்ள உணர்ச்சிகள் சமூகப் பொதுமதிப்புசார் சிக்கல்கள் வழி அறியப்படுகின்றன. புதினமாந்தர்கள் சூழலால் பாதிப்புற உணர்ச்சிகளும் மாற்றமடைந்து பலவிதமான உளச்சிக்கல்களில் சிக்குவதைப் படைப்பாளர் எதார்த்தமாகச் சித்தரித்துக் காட்டுகிறார்.

பயன்பட்ட நூல்கள்

முதன்மை நூல்கள்

1.சு.தமிழ்ச்செல்வி — அளம்

2.சு. தமிழ்ச்செல்வி — ஆறுகாட்டுத்துறை

3.சு.தமிழ்ச்செல்வி - கண்ணகி

4.சு.தமிழ்ச்செல்வி — கற்றாழை

5.சு.தமிழ்ச்செல்வி — கீதாரி

6.சு.தமிழ்ச்செல்வி - மாணிக்கம்

துணை நூல்கள்

1.அகிலன் -புதிய விழிப்பு

2.அரங்கமல்லிகா - தமிழ் இலக்கியமும் பெண்ணியமும்

3.அரங்கமல்லிகா (தொ.ஆ)- தமிழ் நாவல்களில் பெண்ணியம்

4.அல்போன்சு.தே.- இன்ப இல்லறம் - உளவியல் கையேடு

5.அன்புமீனாள். பழ. (ப.ஆ)- இலக்கியத்தரவுகளில் மகளிர் பதிவுகள்

6.அனுராதா, நா. - தமிழ்நாவலில் மனிதமனம்

7.இசக்கியம்மாள் . ஆ. - பெண்மனச்சிக்கல்கள்

8.இரயாகரன்- ஆணாதிக்கமும் சமூக ஒடுக்கமுறைகளும்

9.இரவிச்சந்திரன், தி.கு. - சிக்மண்ட் ஃப்ராய்ட் - உளப்பகுப்-பாய்வு அறிவியல்

10.இராமகிருஷ்ணன். எஸ். - இளங்கோவின் பாத்திரப்படைப்பு

11.இராமகிருஷ்ணன் . எஸ் (மொ.பெ)- பண்டைக்கால இந்தியா

12.இராம. பெரிய கருப்பன் - குறிஞ்சிப்பாட்டு இலக்கியத் திறனாய்வு

13.இராமலிங்கம். த. - பெண்களைப் பாதுகாக்கும் சட்டங்கள்

14.இராஜம்கிருஷ்ணன் - காலந்தோறும் பெண்

15.கார்த்திகேசு சிவத்தம்பி - இலக்கியமும் கருத்துநிலையும்

16.கிருஷாங்கனி (தொ.ஆ.), பறத்தல் அதன் சுதந்திரம்,

17.சண்முகம். தா. ஏ.- உளவியல் (முதல் பாகம்)

18.சண்முகசுந்தரம் . சு. (தொ.ஆ)-பெண்ணியம்,

19.சந்தானம். எஸ்.- கல்வியின் உளவியல் அடிப்படைகள்

20.சாலமன் ம .சித்து- பெண்ணியம் போட்ட பதியங்கள், ப.193

21.சிவகாமி பரமசிவம், பெண்களின் உரிமைகள், ப.109

22.சிவசங்கரி, சின்ன நூல்கண்டா நம்மை சிறைப்படுத்துவத

23.சிவராஜ். து.- சங்க இலக்கியத்தில் உளவியல்

24.சீனிச்சாமி .து - தமிழ் நாவல்களில் உளச்சித்தரிப்பு

25.சீனிவாசன் ராமலிங்கம், பயன்தரும் மனோதத்துவம்

26.சுப்பிரமணியன், ச.வே, சிவகாமி. ச. (ப.ஆ)- தமிழ் இலக்-கியக் கொள்கைகள்

27.செல்வி இரா. பெண்மையச் சிந்தனைகள்,

28.ஞானசம்பந்தன். அ.ச — இலக்கியக்கலை

29.நடராஜன். தி.சு - திறனாய்வுக்கலை

30.பக்தவத்சல பாரதி - பண்பாட்டு மானுடவியல்

31.பஞ்சாங்கம். க - பெண்மொழி புனைவு,

32.பத்மப்பிரியா- பெண்ணிய இலக்கியப் பதிவுகள்

33.பிரேமா. இரா.- பெண்ணிய அணுகுமுறைகள்

34.பெசன்ட் கிரீப்பர் ராஜ் (மொ. பெ)- பிறழ்நிலை உளவியல்

35.முத்துச்சிதம்பரம். ச.- பெண்ணியம் தோற்றமும் வளர்ச்சியும்

36.முத்தையா. கண. (மொ. பெ.)- பொது உடைமை தான் என்ன?

37.மோகன். இரா.- மு.வ.வின் நாவல்கள்

38.ரெங்கம்மாள். இரா., வாசுகி. சி.- பெண்ணியம் அணுகுமு-றைகளும் இலக்கியப்பயன்பாடும்

39.வெண்ணிலா. அ.- பெண் எழுதும் காலம்

40.ஜெயமோகன்- எழுதும் கலை

41.Encyclopeadia of social sciences, vol.IX-X,P.No 303

9 798889 358084